விண்ணும் மண்ணும்

விண்ணும் மண்ணும்

ந. சிதம்பர சுப்ரமண்யன்

தொகுப்பு

ராணிதிலக்

எழுத்து பிரசுரம்

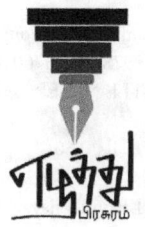

Title: Vinnum Mannum
Author's Name: N. Chidambara Subramanian
Copyright © Sundaram2024
Published by Ezutthu Prachuram

All rights reserved. No part of this publication may be reproduced, stored in a retrieval system, or transmitted, in any form or by any means, electronic, mechanical, photocopying, recording, psychic, or otherwise, without the prior permission of the publishers.

Ezutthu Prachuram
(An imprint of Zero Degree Publishing)
No. 55(7), R Block, 6th Avenue,
Anna Nagar,
Chennai - 600 040

Website: www.zerodegreepublishing.com
E Mail id: zerodegreepublishing@gmail.com
Phone : 89250 61999

Ezutthu Prachuram First Edition: February 2024
ISBN: 978-81-967601-3-7
TITLE NO EP: 497

Rs. 160/-

Cover Design & Layout: Vijayan, Creative Studio

பொருளடக்கம்

சில வார்த்தைகள்	7
வாழ்வும் பயனும்	9
அருளும் பொருளும்	19
நல்லதும் கெட்டதும்	43
மெய்யும் பொய்யும்	54
வீரன் - தீரன்	65
அன்பு	77
கலை - அழகு	85
கயிற்றரவு	94
கடவுள்	103
விதியும் மதியும்	113
முடிவுரை	122

சில வார்த்தைகள்

சிறுகதைகளையும் நாவல்களையும் எழுதியிருக்கிற ந.சி.சு., அவ்வப்போது கட்டுரைகளையும் எழுதி வந்திருக்கிறார். அவருடைய தொகுக்கப்படாத கட்டுரைகள் என்று குறைந்தபட்சம் இருபத்தைந்தாவது தேறும். இக்கட்டுரைகளைத் தவிர, எழுத்து முதல் இதழிலிருந்து (ஜனவரி 1959) 'விண்ணும் மண்ணும்' என்ற தலைப்பில் எழுதிக்கொண்டு வந்து, (ஜனவரி 1960) எழுத்து 13 இதழில் முடிவுரை என்ற கடைசி அத்தியாயத்தை எழுதி முடிக்கிறார். ஏழாவது இதழில் மட்டும் கட்டுரை எழுதவில்லை. முடிவுரை நீங்கலாக மொத்தம் 11 கட்டுரைகள். அன்பு, அருள், கலையழகு, கடவுள், விதியும் மதியும் என்று பல தலைப்புகளில் விஸ்தரித்து எழுதுகிறார்.

க.நா.சு-வை இரண்டு வருடங்களாக மீண்டும் வாசிக்கத் தொடங்கும்போது, இடையில் குறுக்கில்சால் உழுவதுபோல் ந.சிதம்பரசுப்ரமண்யன் படைப்புகளை வாசிக்கத்தொடங்கினேன்.. கும்பகோணம் இளம் வாசகர் ஹரிஷ்தான் ந.சி.சு.,வை மீண்டும் வாசிக்க வைத்தவர். அவருடைய நாகமணி நாவல் வாசிக்க கொடுத்தார். நாகமணி நாவல் உருவாவதற்குக் காரணமாக அமைந்தவை, தன்னுடைய எழுத்துக் கட்டுரைகளே என்று ந.சி.சு.,வும் குறிப்பிட்டிருக்கிறார். வாழ்வில் இருக்கவேண்டிய

குணங்களை கலையாகவும் ஆன்மீகமாகவும் ஆராய்ந்து பார்த்திருக்கிறார். அவருடைய கதைகளைப்போல் அவருடைய கட்டுரைகளும் வாசிக்க ஏதுவாக இருக்கின்றன. தன் வாழ்விலிருந்து, பிறத்தியார் அனுபவத்திலிருந்து, ஏற்கெனவே நம்மிடம் புழங்கிக்கொண்டிருக்கும் கதைகளிலிருந்து பேசுகிறார். கட்டுரைகளில் அவர் கேட்கும் கேள்விகள் நமக்கானவை என்பதைப் போல் சொல்லாமல் சொல்லிக் கேட்கிறார்.

ந.சி.சு.,வின் எழுத்துக் கட்டுரைகளில் முதல் கட்டுரையை நகல் எடுத்துத் தந்தவர் துரை.லக்ஷ்மிபதி. ந.சிதம்பர சுப்ரமண்யன் கட்டுரைகள் தேவை என்று கேட்டபோது, "எனக்குச் சிதம்பரசுப்ரமண்யன் பிடிக்கும்" என்று கூறி, அக்கட்டுரைகள் வெளியான எழுத்து இதழ்களை எந்தவித எதிர்பார்ப்புமின்றி, சி.சு. செல்லப்பாவின் மகன் திரு செ.சுப்ரமண்யன் அவர்களிடமிருந்து பெற்றுத் தந்தவர், 'அழிசி' ஸ்ரீநிவாஸ கோபாலன். மூவருக்கும் ஆத்மார்த்த நன்றியைத் தெரிவித்துக்கொள்கிறேன். இந்நூலைச் சிறப்பாகவும் அழகாகவும் கொண்டு வந்த எழுத்து பிரசுரகர்த்தாக்கள் ராம்ஜி, காயத்ரி இருவருக்கும் அநேக வந்தனங்கள்.

நன்றி

ராணிதிலக்
கும்பகோணம்

வாழ்வும் பயனும்

கதை எல்லோருக்கும் தெரிந்த கதைதான். சிவபெருமானின் திருநீலகண்டத்தில் அசைந்தாடிக்கொண்டிருந்த நாகம், விஷ்ணுவின் வாகனமான கருடாழ்வானைப் பார்த்து "அப்பா கருடா, சௌக்யமா" என்றதாம்.

கருடன் பதில் சொல்லிற்றாம், "அப்பா, நாகேசா! இருக்கிற இடத்தில் இருந்தால் எல்லோரும் சௌக்யந்தான்" என்று. வாழ்விலே நாம் நன்கு ஆராய்ந்தறிய வேண்டியதொரு தத்துவத்தைக் காணலாம் இந்தக் கதையிலே.

சிவபிரான் கழுத்தில் இல்லாமல் நாகம் கீழே ஊர்ந்து கொண்டிருந்தால், நடந்திருக்கவேண்டிய நாடகம் வேறு. ஆனால் சிவபிரான் கழுத்தில் நாகத்தின் நிலை வேறு, வேறு இடத்தில் இருக்கும் பொழுது அதன் நிலை வேறு. நிலை மாறும் பொழுது தன்மை மாறிவிடுகிறது.

விக்கிரமாதித்தன் சிம்மாசனம் கண்டுபிடிக்கப்பட்ட கதை இருக்கிறதே. அதுவும் இத்தன்மையதுதான். பயிற்கொல்லையில் மேடைமீதிலிருக்கும் பிராமணன், அங்கு வந்துகொண்டிருக்கும் போஜராஜன் படைகளை அன்போடு உபசரிக்கிறான். ஆனால் மேட்டிலிருந்து கீழிறங்கி வந்ததும் அவன் தன்மையும் கீழிறங்கி விடுகிறது. பயிர்கள் வீணாகிவிடுமென்று, வந்த ஜனங்களை விரட்டியடிக்கிறான். அரியாசனத்தில் (மண் மூடியிருந்தாலும்)

இருக்கும்பொழுது அரசன் தன்மையும் மண்ணை மிதித்ததும் சாதாரண மனிதன் தன்மையும் வந்துவிடுகிறது. இது இயற்கையே.

ஒவ்வொரு நிலையில் இருக்கும்பொழுது ஒவ்வொரு பொருளுக்கும் ஒரு தன்மையும் மதிப்பும் இருக்கிறது. அந்த நிலை மாறும்பொழுது தன்மைகளும் நிலைகளும் மாறிவிடுகின்றன. விலையுயர்ந்த வைரம் ஒன்று கையிலிருக்கிறது. அதை விற்க வேண்டும். அழுக்குப் படிந்த ஆடைகளை அணிந்துகொண்டு, கண்யக் குறைவாகக் காணப்படும் ஒருவன் கையில் இருந்தால், அது திருட்டுச் சொத்தாயிருக்கும் என்று ஒருவரும் வாங்கத் துணியமாட்டார்கள். அப்படியே வாங்க முன்வந்தாலும், அதர்ம விலைக்குத்தான் கேட்பார்கள். ஆனால் அதே கல் ஒரு பெரிய தனவந்தன் கையிலோ, அல்லது ஒரு ரத்ன வியாபாரி கையிலோ இருந்தால், அதன் மதிப்பு ஏறிவிடுகிறது. அதற்கு நியாயமாக உள்ள விலையைவிட அதிகமாகவே கொடுத்து வாங்கத் தயங்கமாட்டார்கள். நிலையைப் பொறுத்து விலை. பார்க்கப்போனால் விலையென்பதே இந்த நிலையை அடிப்படையாகக் கொண்டதொரு பொருள்தான். இந்தத் தத்துவத்தைத்தான் ஆங்கிலத்தில் *(Value)* மதிப்பு என்று சொல்லுவார்கள். நம் நாட்டில் அதற்கு இஷ்டம், பயன், புருஷார்த்தம், உறுதிப்பொருள் என்று சொல்லி வந்திருக்கிறார்கள்.

இந்த மதிப்பு மாறக்கூடியது என்று பார்த்தோம். நிலை மாறும் பொழுதுதான் மாறும் என்பதில்லை. காலம் மாறும் பொழுதோ அல்லது இதர காரணத்தாலோ இவை மாறவும் மாறலாம். காப்பி நமக்குப் பிடித்த வஸ்துதான். ஆனால், பித்தம் அதிகமாகி, வாந்தியாகிக்கொண்டிருக்கும் பொழுது, காப்பியை நினைத்தாலே, வாந்தியாகிறது. இல்லையா? நம் தேகத்தின் நிலை மாறிவிட்டதால் அதன் ருசி மாறிவிடுகிறது.

எல்லா மனிதர்களுக்கும் பொதுப்படையாகத்தான் இந்த மதிப்புக்கள் இருக்கும் என்பதற்கில்லை. மனிதனுக்கு மனிதன் இவை மாறிக்கொண்டும் இருக்கலாம். ஒரு மனிதன் போற்றும் ஒரு பொருள் மற்றொருவனுக்கு அது சாதாரணமானதாயிருக்கலாம். உங்களுக்குத்தான் சேலம் மாப்பிள்ளையின் கதை தெரியுமே. சேலம் மாப்பிள்ளை தஞ்சாவூர் ஜில்லாவிலே பெண் எடுத்திருந்தான். மாப்பிள்ளைக்கு விருந்து கேழ்வரகுக் களி செய்து வைத்திருந்தார்கள். மாப்பிள்ளைக்குத் தூக்கிவாரிப்போட்டது.

அவன் மாமனார் வீட்டிலே நல்ல அரிசிச்சோறு சாப்பிடலாம் என்று கனவு கண்டுகொண்டிருந்தான். ஏனென்றால், சேலம் ஜில்லாவில் தினந்தோறும் கேழ்வரகு சாப்பிட்டுச் சாப்பிட்டு அலுத்துப் போயிருந்தது. ஆனால் தஞ்சாவூர் ஜில்லா மாமனார் வீட்டிலே கேழ்வரகு தினசரி உபயோகத்தில் இல்லாத பொருள். ஆகவே, அவர்களுக்கு அருமையான அந்தப் பொருளை மாப்பிள்ளைக்கு வேண்டுமென்று தயார் செய்தார்கள். மாப்பிள்ளை இலையில் இருந்த களியைப் பார்த்து, வணங்கிவிட்டு "சர்வ வல்லமையுள்ள களியப்பா, நான் உன்னை விட்டு ஓடிவந்தாலும் இங்கேயும் என்னைத் தூரத்திக்கொண்டு வந்துவிட்டாயே" என்று சொல்லிவிட்டு வாயில் களியைப் போட்டுக்கொண்டானாம். ரஸமான கதை. எல்லா மனிதர்களும் ஒரு பொருளில், ஒரே மாதிரியான மதிப்பைக் கொடுப்பதில்லை என்பதற்கு நல்ல உதாரணம்.

இந்தத் தத்துவத்தை மனத்தில் வைத்துக்கொண்டு வாழ்க்கையின் பயன் என்ன என்று எடைபோட்டுப் பார்க்கலாமா? வாழ்வின் மதிப்பு என்ன? அதனால் ஏதேனும் பயன் உண்டா? மனிதன் எதற்காக வாழ்கிறான்? அவன் வாழ்விலே அடைய விரும்பும் பொருள்கள் யாவை? அவைகளின் தன்மை என்ன? அவைகளின் மதிப்பு என்ன? ஒரு தொழிலாளியின் உதாரணத்தை எடுத்துக்கொள்ளலாம். ஒரு தொழிற்சாலையில் ஒருநாள் எட்டு மணி நேரம் வேலை செய்கிறான். அவன் செய்யும் வேலைக்குத் தகுந்தாப்போல், ஊதியம் கிடைக்கிறது. ஆனால் ஒவ்வொரு மனிதனுடைய வாழ்க்கையும் காலவரை நிர்ணயிக்கப்பட்டதுதான். வாழ்விலே அதைப் போலவே, என்ன பயனைப் பெறுகிறோம்? இந்த வயிறு வளர்க்கும் காரியத்தைத் தவிர வேறு ஏதாவது மனிதரிடம் நாம் எதிர்பார்க்கலாமா? அவன் வாழ்வு, கேவலம் வயிறு வளர்ப்பதுடன் முடிவடைந்துவிடுகிறதா? அதற்கு மேலும் அவன் செய்யவேண்டிய, செய்திருக்கிற அல்லது செய்ய முயற்சிக்கிற காரியங்கள் ஏதாவது உண்டா? அல்லது வாழ்வே, பயனற்ற ஒரு காரியம் தானோ?

மாக்பெத் சொன்னான்:

"வாழ்க்கையா—அது ஒரு நடமாடும் நிழல்.
காத்தடித்துவிட்டுப்போன கோமாளியின் ஆட்டம்.

கூச்சலும் கோபமும் மிகுந்து நிற்கும்
பித்தன் சொன்னதொரு பொய்க்கதை.

மாக்பெத்தைப் போலவே, ஒவ்வொருவரும் ஏமாற்றமோ தோல்வியோ அடையும் காலத்தில் '*சீ! இதென்ன பைத்யக்கார வாழ்க்கை!*' என்று கசந்துகொண்டிருக்கிறோம். இதென்ன பயனற்ற வாழ்வு என்று சில சமயங்களில் தோன்றாமலிருப்பதில்லை. வாழ்வை துக்கமயமாகவே சில சமயங்களில் மதித்து, வாழ்விலே துக்கத்தைத் தவிர வேறு ஒன்றும் கிடையாதா, அதுதான் வாழ்வின் பயனா, என்றும் யோசித்திருக்கலாம். அல்லது உமார்காயத்தைப் போல்,

இன்றைக்கின்றைக் கென்றோயாது
இரவும்பகலும் உழைத்திடுவர்
அன்றி நாளைக்காமெனவே
அலுப்பில்லாது முயன்றிடுவர்
ஒன்றுசொல்வேன் உண்மைமொழி
உறுதியாகக் கொள்வீரே
என்றும்மூடர் நன்மையுமக்கு
இங்கும் இல்லை அங்கும் இல்லை[1]

என்று ஆணித்தரமாகத் தீர்மானிக்கலாம்.

இதற்கு நேரிடையான அபிப்ராயங்களும் இல்லாமல் இல்லை. வாழ்வு கிடைத்தற்கரிய பெரிய பாக்யமென கருதியவர்களும் உண்டு. இந்த அரிய வாழ்வைப் பெற்றோமே என்று பெருமைப்பட்டு மகிழ்ச்சி கொண்டவர்களும் இருக்கத்தானிருக்கிறார்கள். மனித வாழ்க்கையைப்பற்றி ஔவைப் பிராட்டி சொல்வதைக் கொஞ்சம் கேட்கலாம்.

அரியது கேட்கின் வரிவடி வேலோய்
அரிதரிது மானிட ராதலரிது
மானிடராயினும் கூன் குருடு செவிடு
பேடு நீங்கிப் பிறத்த லரிது
பேடு நீங்கிப் பிறந்த காலையும்
ஞானமும் கல்வியும் நயத்தலரிது
ஞானமும் கல்வியும் நயந்தகாலையும்

---

1 உமர்கய்யம் தே. வி. பாடல்.

> தானமும் தவமும் தான்செய்தலரிது
> தானமும் தவமும் தான்செய்வாராயின்
> வானவர் நாடு வழிதிறந்திடுமே

பாரதியாரும் உலகத்தைப் பித்தன் சொன்ன கதையாக வெறுத்துத் தள்ளவில்லை. என்ன அற்புதமான வாழ்க்கையடா என்று அதிசயித்து அனுபவித்துத்தான் பாடியிருக்கிறார்.

> எத்தனை கோடி இன்பம் வைத்தாய் - எந்தன்
> இறைவா - இறைவா - இறைவா
> சித்தினை அசித்துடன் இணைத்தாய் - அங்கு
> சேருமைம் பூதத்து வியனுலகமைத்தாய்
> அத்தனையுலகமும் வர்ணக் களஞ்சிய
> மாகப்பலபல நல்லழகுகள் சமைத்தாய்

என்றுதான் பாடியிருக்கிறார்.

ஒவ்வொரு நிலையில் நின்று பார்க்கும் பொழுது வாழ்வும் அதன் பயனும்கூட ஒவ்வொரு மாதிரியாகத் தோன்றுகிறது. ஆகவே, இந்த Value என்ற மதிப்பிடும் அம்சத்தை எதை வைத்துத்தான் நாம் ஆராய்வது?

பொதுவாகப் பார்த்தால் மக்கள் பொருளோடு ஒட்டிய வாழ்வைத்தான் ஓர் அளவு மதிப்பிடுகிறார்கள் என்பது நமக்கு நன்கு விளங்குகிறது. ஓர் உதாரணத்தை எடுத்துக்கொள்ளலாம்.

நண்பர் ஒருவர் நம் வீட்டிற்கு வருகிறார். அவருடன் பேசிக்கொண்டிருக்கிறோம். நம் வீட்டிலிருக்கும் பெரியவர் உள்ளிருந்து வருகிறார். வந்த நண்பரை அவருக்கு அறிமுகப்படுத்திவிடுகிறோம். நண்பரை என்ன உத்யோகம் என்று கேட்கிறார். நண்பர் பதில் சொல்கிறார். "என்ன சம்பளமோ" என்று கேட்கிறார் பெரியவர். நமக்கு தர்மசங்கடமாயிருக்கிறது. நண்பர் எதையோ மென்று முழுங்கிச் சொல்கிறார். பெரியவர் நண்பரை எடைபோட்டுவிட்டார். பெரியவர், வந்தவரின் படிப்பையோ குணத்தையோ இதர யோக்யதைகளையோ பற்றி அறிய அக்கறை கொள்ளவில்லை. அவர் முகத்தோற்றத்தைக்கூட அவர் மனத்தில் வாங்கினாரா என்பது சந்தேகம்தான். ஆனால் வந்தவரின் தன்மையை அறியக்கூடிய ஒரே உரைகல்லில் உரைத்துப் பார்த்துவிட்டார் அல்லவா?

இதையும் பார்க்கலாம். எங்கள் காரியாலயத்திற்கு ஒரு நண்பர் வந்திருந்தார். நாங்கள் பேசிக்கொண்டிருக்கும் பொழுதே, ஒருவர் காரில் வந்து இறங்கினார். நண்பர் அவரைக் கவனித்துப் பார்த்துவிட்டு, "இந்தப் பெரிய மனிதர் யார்" என்றார்.

"அவர் பெரிய மனிதர் என்று உங்களுக்கு எப்படித் தெரியும்?" என்றேன் நான்.

"பெரிய மனிதராகத்தானிருக்க வேண்டும். இருபத்தேழாயிரம் பெறுமான கார். கையில் விலையுயர்ந்த சிகரெட் பெட்டி. வண்ணான் மடிப்புக் கலையாத வேஷ்டி. ஜரிகை அங்கவஸ்திரம். ஆள் மிகவும் அந்தஸ்துள்ளவராகத்தானேயிருக்கிறார். பார்த்தால் பெரிய மனிதராகத்தானே இருக்கிறது" என்றார்.

> "ஐயா, இவர் மிகவும் சின்ன மனிதர். இவர் எப்படிப்பட்ட பேர்வழி தெரியுமா? தப்பான எந்தக் காரியத்தையும் கூசாமல் செய்வதில் அசகாய சூரர். அந்தக் கார் மார்வாரி கடையில் மாதாமாதம் தவணைக்குக் கடன் வாங்கிய கார். கட்டியிருக்கும் வேஷ்டி இவருடையதுதானா என்பது சந்தேகம். ஆனால் வெளிச்சம் போடுவதில் மன்னன். பேச்சிலே வானத்தை வில்லாக வளைத்துவிடுவான் பேர்வழி. பெரிய மனிதனுக்கு நல்ல இலக்கணம் கண்டுபிடித்தீர்கள் ஐயா" என்றேன் ஆத்திரத்தோடு.

"அப்படியா! எனக்குத் தெரியவில்லையே" என்று திகைத்தார் நண்பர்.

மனிதனைப் பொருளோடு வைத்து மதிப்பிடுவதுதான் உலக இயல்பென்பதைப் பார்த்தோம். ஆனால், இதிலும்கூட அனேக சிக்கல்கள் வந்துசேர்ந்துவிடுகின்றன. இந்த மதிப்பிடும் தன்மையிலே சில இன்றியமையாத வித்யாசங்கள் வந்துவிடுகின்றன. நிலை மாறும்போது மாறும் மதிப்பைப்பற்றிக் கவனித்தோம். நிலை ஒன்றாகவே இருந்தாலும் பார்க்கும் முறையில் சிறு வித்யாசங்கள் ஏற்படும் பொழுது அந்த மதிப்பு வெவ்வேறாகிவிடுகின்றது.

ஒவ்வொரு பொருளுக்கும் பல மதிப்புகள் இருக்கின்றன. நிலை மாறாவிட்டாலும் அந்தப் பலதரப்பட்ட மதிப்புக்குட்பட்டே இருக்கின்றன. இவைகளுக்கு *Intrinsic value* சுபாவ மதிப்பு - *Face Value* தோற்ற மதிப்பு - *Market Value* விலை போடும் மதிப்பு -

Break-up Value - பின்ன மதிப்பு என்று பலவிதங்களில் அதைப் பாகுபாடு செய்திருக்கிறார்கள்.

வடபழனியில் என் வீடு இருக்கிறது. அதைப் புதுப்பித்திருக்கிறேன். ஒரு நண்பர் வீட்டிற்கு வந்தார். வீட்டைப் பார்த்தார். "பேஷ், வீட்டை மிகவும் வசதியாகக் கட்டிவிட்டீர்களே. எவ்வளவு ஆயிருக்கிறது" என்று கேட்டார் நண்பர்.

"ஐம்பதாயிரம் இழுத்துவிட்டது" என்கிறேன்.

"அடேயப்பா! ரொம்ப ஜாஸ்தியாயிருக்கே. ஏன் அவ்வளவு ஆயிருக்கிறது? இந்தத் தொகைக்கு நல்ல பங்களா மாம்பலத்தில் வாங்கியிருக்கலாமே."

"பழைய வீடாயிருந்தது; கையை வைக்கவும் மேலும் மேலும் விழுங்கி மிகவும் சாப்பிட்டுவிட்டது. புதிய வீடு கட்டுவது சுலபம், நான் பழைய வீட்டைப் பிரித்துக்கட்ட ஆரம்பித்ததும் என்னையறியாமலேயே அதிகம் ஆகிவிட்டது," என்றேன்.

"நீங்கள் விற்க ஆரம்பித்தால் அந்தத் தொகை கிடைக்குமா" என்று கேட்டார் நண்பர்.

நான் ஒன்றும் சொல்லத் தெரியாமல் விழிக்கிறேன். நான் வீட்டிற்குச் செலவழித்த தொகைதான் என் வீட்டிற்கு விலை. அதுவே அதன் சுபாவ விலை (*Intrinsic*). ஆனால், அதை வாங்க முன்வருபவர்கள் எனக்கு என்ன செலவாயிற்று என்று கவலைப்படப்போவதில்லை. வீடு எத்தனை பெறும் என்றுதான் கணக்கிட்டுப் பார்ப்பார்கள். அந்த வட்டாரத்தில் நிலத்திற்குள்ள சராசரி விலையை விசாரிப்பார்கள். கட்டடத்தின் அகலம், நீளம் என்ன, எப்படிக் கட்டப்பட்டிருக்கிறது, அதற்கு வரக்கூடிய வாடகை எவ்வளவு, எப்படிப்பட்ட இடத்தில் இருக்கிறது, இவைகளையெல்லாம் விசாரித்து அவர்கள் மதிப்பு போடுவார்கள். இவர்கள் போடும் மதிப்பு நாற்பதாயிரம் என்று வைத்துக்கொள்வோம். இதுதான் விலைபோகும் மார்க்கெட் மதிப்பு (*Market Value*). ஆனால் வீட்டின் தஸ்தாவேஜுகளைப் பார்த்தால் நான் பழைய வீட்டை என்ன விலைக்கு வாங்கினேனோ, அந்த விலைதான் இருக்குமே தவிர, நான் பிரித்துக் கட்டின தொகை இருக்காது. புது வீட்டின் தஸ்தாவேஜும் பழைய விலையைத்தான் காட்டும். அதுவே, முகமதிப்பு (*Face value*) என்று சொல்லலாம்.

இந்தப் புது வீட்டைப் பிரித்து, ஜன்னல்கள், கதவுகள், ஓடுகள், உத்தரங்கள், செங்கல்கள் இப்படியாகத் தனித்தனியாக விற்பதனால் என்ன கிடைக்குமோ அதுவே பின்ன மதிப்பு (Break-up Value). பைத்யக்காரத்தனமாகத் தோன்றினாலும், விற்க முடியாத, கிராமத்திலிருக்கும் சில வீடுகளை விற்பதற்கு இது சிறந்த முறையாகவும் லாபகரமான முறையாகவும் ஆகிவிடுவதைச் சில விசித்திரமான இடங்களில் பார்க்கலாம்.

மற்றொன்றையும் பார்த்துவிடலாம். என் பக்கத்து வீட்டை, ஒரு பெரிய அச்சாபீஸ் முதலாளி வாங்கியிருக்கிறார். அது அவருக்குப் போதவில்லை. பெரிய யந்திரங்கள் வைக்கவும், கடுதாசி வாங்கி சேமித்து வைக்கவும், காரியாலயத்திற்கும், என் வீடும் இருந்தால் மிகவும் வசதியாக இருக்கும். தொழில் நன்கு அபிவிருத்தி செய்ய சௌகரியமாயிருக்கும். என் வீட்டை அவர் விலைக்கு வாங்கமுடியுமா என்று நோட்டம் பார்க்கிறார். ஒரு மனிதர் மூலம் விசாரித்துப் பார்க்கிறார். நான் அசிரத்தையாகச் சொல்கிறேன். "நான் எதற்காக ஐயா இதை விற்கப் போகிறேன். விற்பதற்காகவா இவ்வளவு சிரமப்பட்டு என் இஷ்டத்திற்குக் கட்டியிருக்கிறேன். எனக்கு மிகவும் ராசியான வீடு. இந்த வீட்டிற்குள் கால் வைத்தவுடன்தான் எனக்கு நல்ல காலம் ஆரம்பமாயிற்று" என்று பெருமையாகச் சொல்கிறேன்.

"அப்பொழுது கொடுப்பதாக எண்ணம் இல்லையே" என்கிறார் வந்தவர். நான் யோசிப்பது போல் சிறிது நேரம் பேசாமல் இருந்து விட்டு, "ஆமாம். உடனடித்தேவை ஒன்றுமில்லை. இருந்தாலும் நல்ல விலையாக வந்தால் அதைப்பற்றி யோசிக்கலாம்" என்கிறேன்.

"என்ன விலையென்றால் கொடுக்கலாம். ஒரு உத்தேசம் சொன்னால் யோசித்துப் பார்க்கலாமே,"

மறுபடியும் ஒரு விநாடி யோசித்துவிட்டு, "ஐம்பத்தையாயிரம் கொடுப்பதென்றால் கொடுத்துவிடுகிறேன்" என்கிறேன்

"சரி" என்றுவிடுகிறார் அச்சாபீஸ்காரர். அவருக்குத் தேவை இருப்பதால், அந்த விலை கொடுத்து வாங்க முன்வருகிறார். அதுதான் தேவை மதிப்பு (Utility Value).

இதுவரையில், நிலைமாறும் பொழுது மாறும் மதிப்பையும், ஒரு நிலையிலேயே வெவ்வேறு விதமான மதிப்புக்கள் ஒரு பொருளுக்கு

ஏற்படுவதையும் பார்க்கிறோம். இந்த மதிப்பு அடிப்படையில் எதனால் உண்டாகிறது?

மனிதன் உலகத்தில் உள்ள ஒவ்வொரு பொருளையும் இரண்டு விதமாக அறிகிறான். ஒன்று பொருளின் தன்மையை உணர்வது. மற்றொன்று அந்தப் பொருளுக்கும் தனக்கும் உள்ள தன்மையை அறிவது. ஒன்று தனக்குப் புறம்பான (Objective) அறிவு. மற்றொன்று தன்னுடன் சம்பந்தப்பட்ட (Subjective) உறவு. முதலாவதை (Fact) உண்மையென்றும், பிந்தியதை மதிப்பு (Value) என்றும் சொல்லலாம்.

நான் சிறுவயதிலிருந்து வசித்துவந்த ஊர் தண்ணீர் இல்லாத ஊர். பயிர் பச்சைகளைக் காண முடியாது. எங்கள் பூர்வீக கிராமம் அங்கிருந்து அறுபது மைலுக்கப்பாலுள்ளது. கிராமத்திலிருந்து வரும் உறவினர்களை எங்கள் பந்துக்கள் கிராமத்தில் மழை உண்டா என்று கேட்பார்கள். அவர்கள் உண்டு, இல்லை என்று சொல்வார்கள். பட்டினவாசியான எனக்கு, வந்ததும் வராததுமா மழையின் மேல் ஏன் இவ்வளவு அக்கறை காட்டுகிறார்கள் என்று அப்பொழுது புரிந்ததில்லை. பிற்காலத்தில், மழையைப் பற்றி அவர்கள் அக்கறை காட்டியது, மழையின் பயனைப் பற்றித்தான் என்று தெரிந்துகொண்டேன். மழை பெய்தால் நல்ல மகசூல் கிடைக்கும் அல்லவா? மழை பெய்கிறது என்று நாம் அறிந்துகொள்வது ஒரு உண்மை (Fact). ஆனால், அந்த மழையினால், பயிர் நன்கு விளையும் நமக்கு உபகாரமாகும் என்பது மதிப்பு (Value)

மின்சாரம் என்ற சக்தியை ஒருவன் கண்டுபிடிக்கிறான். அவன் ஒரு மகத்தான உண்மையைக் கண்டுபிடிக்கிறான். மற்றொருவன், மின்சாரத்தை ஜனங்களுக்கு உபயோகப்படும்படி செய்கிறான். அவன் அதற்கு மதிப்பை (Value) உண்டுபண்ணுகிறான்.

மனிதன் ஒருவனுக்குத்தான் அறியும் சக்தி இருக்கிறது. அடைய வேண்டும் என்கிற வேட்கை இருக்கிறது. அடைந்த பின் அனுபவம் என்ற பேறு அவனுக்குக் கிடைக்கிறது.

ஒரு பொருளை ஒரு மனிதனே, பலதரப்பட்ட பயன்களில் அனுபவிக்கவும் கூடும். மலை வாசம் செய்யும் பொழுது, திடீரென்று ஒரு நீர்வீழ்ச்சியைக் கண்டுபிடிக்கிறான் மனிதன். இது (Fact) உண்மை. இந்த நீர்வீழ்ச்சியை மின்சாரத்திற்குப்

பயன்படுத்தலாம் என்று யோசிக்கும் பொழுது ஒருவித மதிப்பு *(Value)* ஏற்படுகிறது. அது இல்லாமல், என்ன அழகான நீர்வீழ்ச்சி என்று அதன் அழகை அனுபவிக்கும் பொழுது அதுவும் ஒரு பயன்தான் *(Value)*. ஆனால், இது வேறு தினுசான பயன்.

பயன்களிலே பல வகைகள் இருக்கின்றன அவைகளை வரிசைப்படுத்திப் பார்க்கலாம்.

வாழ்க்கையிலே மனிதன் தன் வாழ்விற்கு அனேக பொருட்சாதனங்களை ஆதாரமாகக் கொண்டிருக்கிறான். இவைகள் பொருளாதாரப் பயன்கள். *(Economic Value)*

மனிதத் தன்மையை வைத்துத் தேடப்படும் பயன்கள் *(Human value)* புருஷார்த்தங்கள்.

மனிதன் அனுபவத்திற்கு உணர்ச்சிகளை வைத்துக்கொண்டு தேடப்படும் பயன்கள் அழகு அனுபவங்கள் *(Aesthetic value)*.

மனிதன் நடத்தையை ஆதாரமாக வைத்துத் தேடப்படும் பயன்கள் தார்மீகப் பயன்கள் *(Moral Value)*.

மனிதன் ஆன்மீக அடிப்படையில் தேடும் பயன்கள் *(Spiritual Values)*.

இவைகள் எல்லாமே மனிதன் தேடும் பயன்கள்தான். ஒவ்வொரு மனிதனிடமும் இவைகள் இருக்கத்தான் செய்கின்றன. சிலரிடம் பொருளாதாரப் பயன் தேட்டம் அதிகமாயிருக்கும். சிலரிடம் ஆன்மீகத் தேட்டம் அதிகமாயிருக்கும். இதுவே வித்தியாசம்.

இந்தப் பல்வேறு பயன்களையும் ஒவ்வொன்றாய் சீர்தூக்கிப் பார்க்கலாம்.

அருளும் பொருளும்

அருள் இல்லார்க்கு அவ்வுலகம் இல்லை பொருள் இல்லார்க்கு இவ்வுலகம் இல்லாகி யாங்கு

என்று தெய்வப் புலவர் திருவள்ளுவர் சொல்லியிருப்பது யாவரும் அறிந்ததே.

அந்த உலகத்திற்கு நாணயச் செலாவணி அருள். இந்த உலகத்திற்கு நாணயச் செலாவணி பொருள். அந்த உலகம் என்பது யாது? அது எங்கிருப்பது? என்பதை மற்றொரு சந்தர்ப்பத்தில் பரிசீலனை செய்யலாம். இந்த உலகத்திற்குப் பொருள் என்ன காரணத்தினால் இன்றியமையாததாக ஆயிற்று?

ஒரு தங்கக் கட்டியையும் வெல்லக் கட்டியையும் நம் வீட்டு முற்றத்தில் தூக்கியெறிந்தால், தங்கக் கட்டியை எறும்பு மொய்க்காது. ஈ மொய்க்காது. காக்காய் வந்து கொத்தாது. குரங்கு வந்து பிடுங்காது. ஆனால் அவைகள் எல்லாம் வெல்லக்கட்டியை வந்து மொய்த்துக்கொள்ளும். மனிதன் ஒருவன்தான் தங்கக்கட்டியைத் தேடுவான். ஏனென்றால் அவனுக்கு ஒரு தங்கக் கட்டியை வைத்துக்கொண்டு வண்டி வண்டியாக வெல்லக்கட்டியை வாங்க முடியும் என்பது தெரியும். நாம் வேண்டுபவைகளை அடைவதற்கு ஒரு சாதனமான (Means to an end) படியால் தங்கப்

பணம் எல்லாம் செல்வமாகக் கருதப்பட்டு அதற்கு அளவிறந்த மதிப்பு ஏற்பட்டது.

ஆனால், உண்மையான பொருட் செல்வங்கள் பணமும் தங்கமும் அல்ல. மனிதனுடைய தேவைகளைத் திருப்தி செய்யும் பொருள்கள்தான் உண்மையான செல்வங்கள். மனிதன் பசியைத் தீர்க்கும் உணவுப் பொருள்களான தானியங்கள், அவைகளைப் பயிரிடுவதற்கு சவுகரியமான நிலங்கள், மனிதனுக்கு பல விதத்தில் உதவி புரிந்து நிற்கும் ஆடுமாடுகள், மனிதனுக்கு வேண்டிய உணவு வகைகளைக் கொடுக்கும், மரஞ்செடி கொடிகள், இவைகளை எல்லாம் சரியானபடி பலன் கொடுக்கச் செய்யும் மனிதன் உழைப்பு இவைகள்தான் உண்மையான செல்வங்கள். அதாவது மனிதனுக்கு ஏற்படும் தேவைகளை பூர்த்தி செய்யும் பொருள்கள்தான் செல்வங்கள். இவைகளைப் பரிமாறிக்கொள்வதற்கு சௌகரியமாக பணமும் தங்கமும் வந்து, அதுவே பெருஞ்செல்வமாகக் கருதப்படும் நிலைக்கு வந்துவிடுகிறது. பணம் பாதாளம் வரையில் பாயும் என்று சொல்லும் நிலைக்கு வந்துவிடவில்லையா? பணத்திற்கு எல்லாவற்றையும் வாங்கும் சக்தி இருக்கும் பொழுது ஏன் அதன் மகத்துவம் மிதமிஞ்சி நிற்காது? ஆனால் பணத்தினால் எதையும் வாங்கிவிடமுடியுமா? எப்பொழுதும் அதற்கு ஒரே மாதிரி தன்மையுண்டா?

யுத்த காலங்களில் நாம் பார்த்திருக்கிறோம். பணத்தின் மதிப்பு மிகவும் தேய்ந்து போகிறது. பொருள்களின் மதிப்போ மிகவும் உயர்ந்து போகிறது. ரிச்சர்ட் அரசன் சொன்னானாம்: "ஒரு ராஜ்யம் ஒரு குதிரைக்கு" என்றானாம். யுத்தத்திலே குதிரை குதிரைக் கொம்பாகிவிடவே, ஒரு ராஜ்யத்தையே கொடுத்து ஒரு குதிரை வாங்கத் தயாராக இருந்தான் அரசன். ஒரு குதிரை ராஜ்யத்தின் வெற்றி தோல்வியை நிர்ணயிக்கும் அளவு உபயோகப்படும் பொழுது, ஏன் ஒரு ராஜ்யத்தைக் கொடுத்து வாங்கக்கூடாது?

பொன்னைத் தேடிச் சென்ற அமெரிக்கர் வாழ்வைப் பார்த்தால் அதுவே சிறந்த படிப்பினையாகும். மாபெரும் கலைஞரான சார்லி சாப்ளின் அலாஸ்கா பிரதேசத்தில் தங்கத் தாள்களைத் தேடிச் சென்றவர்களைப் பற்றிய அற்புத சித்திரம் ஒன்று (gold rush) 'தங்கம் தேடி' என்று எடுத்திருந்தார். எங்கும் பனி ஆழ்ந்த பிரதேசம். புல் பூண்டு கிடையாது. ஒருவித ஆகாரமும் கிடையாது.

எவ்வளவு நாட்கள் பட்டினி கிடக்கமுடியும். பட்டினியின் வெறியில் சாப்ளினின் நண்பனுக்கு சாப்ளின் ஒரு ராக்ஷஸக் கோழி போலத் தோன்றுகிறார். அவரைக் கொன்று சாப்பிடவேண்டியதுதான். இந்த நிலையில் பொன்னுக்கு என்ன மதிப்பு? ஜாக் லண்டன் 'உயிர் ஆசை'யிலும் இந்த அனுபவத்தைப் பற்றித்தான் எழுதியிருக்கிறார்.

பொன்னையே வாழ்க்கையில் அடையவேண்டிய உறுதிப் பொருள் என்று நினைத்த மைதாஸ் அரசனுக்கு நேர்ந்ததென்ன? தொட்டதெல்லாம் பொன்னாகும் வரம் கேட்டபடி, அவன் ஆகாரம் பொன்னாயிற்று. அவன் அருமை மகளும் பொன்னாலான பொம்மையாக நின்றாள். அப்பொழுதுதான் அவனுக்கு ஞானோதயம் உண்டாயிற்று. பொன்னும் பணமும் வாழ்க்கையின் உறுதிப் பொருள்கள் அல்ல, மற்றவைகளும் இருக்கின்றன என்ற உண்மையைக் கண்டுகொண்டான்.

ஆனால், மைதாஸ் அரசனுக்குக் கிட்டிய ஞானம் மக்களில் பெரும்பாலோர்க்குச் சுலபத்தில் வருவதில்லை. 'பணம் பணம்' என்று அந்தப் பொய்த் தேவையையே வணங்கி நிற்கிறார்கள் என்றால் அதன் காரணம் என்ன? ஏசு சொன்னார்: "நீயும் கடவுளை காசையும் வழிபட முடியாது" என்றார். மற்றொரு இடத்திலே சொல்கிறார். "பணத்தாசையே சகல பாபங்களுக்கும் காரணம்" இருந்தாலும் மண்ணாசையும் பொன்னாசையும் பெண்ணாசையும் மனிதனை ஆட்கொண்டு அடிமைப்படுத்தித்தான் வந்திருக்கிறது என்பதை யாவரும் அறிவோம்.

பெண்ணாசை விஷயத்தில் விலங்குகளுக்கும் மனிதனுக்கும் ஒருமைப்பாடு இருந்தாலும் பொன்னாசையும் மண்ணாசையும் மனிதனுடைய தனிப்பட்ட பண்பாடு. அது எப்படி வந்தது? விலங்கினங்கள் நிமிஷத்திற்கு நிமிஷம் வாழ்க்கை நடத்துகின்றன. இப்பொழுது பசித்தால் உடனே இரை தேடும். பசியில்லாவிட்டால் படுத்துறங்கும். நாளையைப் பற்றியோ, நேற்று தினத்தைப் பற்றியோ கவலை கொள்வதில்லை. ஆனால், மனிதன் தான் என்பதை மையமாக வைத்து, காலத்தை, நேற்று, இன்று, நாளை என்று பிரித்து, தன்னையும் காலத்தையும் பிணைத்துக்கொண்டான். பிணைத்துக்கொண்டதோடல்லாமல், நாளைக்கு வேண்டுமே என்று இன்றைய தினத்திலேயே அதற்குக் கவலையை மேற்கொள்ள ஆரம்பித்தான். ஆகவே அவன் இன்று உழைத்த

உழைப்பின் பயனை இன்றைய தினத்திலேயே தீர்த்துவிடாமல், பிற்காலத்துக்கென்று ஒதுக்கிவைத்துச் சேர்க்கவாரம்பித்தான். இன்று அவன் அதிகப்படியான பொருளை மிச்சப்படுத்தும் பொழுது, அது அவனுக்கு மூலதனமாக ஆகிறது. ஜீவராசிகளில், எறும்பும் தேனீக்களும், பிற்காலத்திற்கென்று சேமித்து வைத்துக்கொள்கின்றன. ஆனால், அவைகள் வாழும் வாழ்வு தனி வாழ்வு அல்ல. ஒரு தனிப்பட்ட ஜீவனுக்காக அவைகள் ஒதுக்கிப் பதுக்கி வைத்துக்கொள்ளவில்லை. மனிதன் மாத்திரம் தனக்கு மாத்திரம் உபயோகத்திற்காக, கொஞ்சம் கொஞ்சமாகப் பொருள்களைச் சேர்க்க ஆரம்பித்தவுடன் அவனுக்கு உடைமைகள் ஏற்பட்டன. அவன் 'உடையவன்' ஆனான். உடைமைகள் இல்லாதவர்களைக் காட்டிலும் 'உடையவன்' மேம்பட்டவனாக ஆனான். ஏனென்றால், அவள் தன் உபயோகத்திற்கு எதைவேண்டுமானாலும் வாங்கிக்கொள்ளலாமல்லவா!

எல்லோரும் எல்லாப் பெருஞ் செல்வமும் எய்தலாலே இல்லோரும் இல்லை. உடையவர்களும் இல்லைமாதோ என்று ஒரு பொன் உலகத்தைப்பற்றிக் கனவு கண்டான் கம்பன். ஆனால் கம்பன் காலத்திற்கு வெகுகாலத்திற்கு முன்பே அந்தப் பொன் உலகம் பொய்த்து வெகுகாலம் ஆகிவிட்டது.

மகாபாரதத்திலேயே, மக்களிடையே ஏற்பட்டு வரும் ஏற்றத்தாழ்வுகளைக் கண்டு ஒரு ரிஷி குருவிடம் கேட்கிறார்: "குருவே, உடைமை என்பது எப்படி வந்தது?" குரு பார்த்தார். அது மிகவும் சிக்கலான பிரச்னை. அபிப்ராய பேதங்களுக்குட்பட்ட பிரச்னை. அவர் பதில் சொன்னார், "நான் இதற்குப் பகிரங்கமாக சற்று சதசிலே பதில் சொல்வதற்கில்லை. தனியாக வந்து கேள். பதில் சொல்கிறேன்" என்றார்.

ஆனால் பகிரங்கமாக இந்தக் கேள்விக்குப் பதில் சொல்பவனும் பிரான்ஸ் தேசத்திலே ஒருவன் வந்தான். அவன்தான் ரூஸோ. அவன் சொன்னான். "எவனொருவன் தன் நிலத்திற்கு வேலி கட்டிவிட்டு இது என்னுடையது என்று சொல்லுகிறானோ, அவன் சமூகத்தின் முதல் குற்றவாளி" என்றான். அதைப் பின்பற்றியே ப்ரௌதான் "சொத்து என்பது திருட்டு" என்று சொன்னார். அதற்கு அவர் காட்டிய காரணம், சொத்துள்ளவர்கள் உழைக்காமல் சாப்பிடுகிறார்கள். அது தவறு. உழைப்பின் பயனை ஒருவன்

அடையவேண்டுமானால், அதை அடைபவனும் அதற்குப் பதிலாக தன் உழைப்பின் பயனை சமூகத்திற்குக் கொடுத்தாக வேண்டுமென்பதுதான்.

மகாத்மா காந்தி தென் ஆப்பிரிக்காவிலிருந்து வந்த ஆரம்ப காலத்திலேயே இதைப்பற்றித் தெளிவாகத் தன் கருத்துக்களை வெளியிட்டிருக்கிறார். அவர் செய்த பிரசித்திபெற்ற பிரசங்கம் காசி சர்வகலாசாலையில் நடந்தது. வைர வைடூரியங்களால் தங்களை அலங்கரித்துக்கொண்டு, முன்னணியில் மகாராஜாக்களும் நவாபுகளும் உட்கார்ந்துகொண்டிருந்தார்கள். மகாத்மாஜி சொன்னார், "உங்கள் நகைகளைக் கழற்றி மக்களுக்காகக் கொடுத்து விடுங்கள். இல்லாது போனால், நம் தேசத்திற்கு விமோசனம் கிடையாது. ஏழைகளிடமிருந்து அவர்கள் உழைப்பின் பயனைப் பிடுங்கிவிட்டு, நாம் சுய ஆட்சிக்குப் பாடுபடுவானேன்... நாம் பேசிப் பேசிக் காது புளித்துவிட்டது. கண் பூத்துவிட்டது. இதயத்தைத்தான் நாம் திறக்கவேண்டும்" காந்திஜியின் மந்திரம் ஆரம்பமுதல் கடைசிவரையில் ஒன்றேதான். "உடையவர்களே! உங்களிடம் உள்ள சொத்து உங்கள் சொந்த பிரயோசனத்திற்காகவல்ல. அது ஒரு தர்ம சொத்து. நீங்கள் அதற்கு தருமகர்த்தாக்கள்" என்றுதான் சொல்லிக்கொண்டு வந்திருக்கிறார்.

இன்று காந்தி வகுத்த வழியில் அவரைப் பின்பற்றிச் சென்றுகொண்டிருக்கும், காந்திஜியின் முதல் சீடரான வினோபாவேயும் அதையேதான் பிரசாரம் செய்கிறார். "பஞ்ச பூதங்களான, பிருத்வி, அப்பு, தேயு, வாயு, ஆகாரம் இந்த ஐந்திலும் மற்ற நான்கும் எல்லோருக்கும் பொதுவாகத்தானிருக்கின்றன. நிலத்தையும் கடவுள் சமூகத்திற்காகத்தான் படைத்தார். நிலத்திலிருக்கும் மேடுபள்ளங்கள் எப்படி நிலத்திற்கு நன்மை செய்யாதோ, அப்படியே, சமூகத்திலுள்ள மேடுபள்ளங்கள், சமூகத்திற்குக் கெடுதியைத்தான் செய்யும்" என்கிறார். குழந்தையின் பசியைக் கண்டு தாய்க்குப் பால் சுரப்பது போல், ஜனங்கள் மனத்திலே கருணை சுரக்கவேண்டுமென்கிறார். முதலாளி வர்க்கத்தைப் பெருக்குவதற்கு ஆதாரமான, பூமி (Land), பணம், சம்பத்து (Money), உழைப்பு, சிரமம் (Labour) இந்த மூன்றையும் தானம் செய்யச் சொல்லி, அவர் மேடுபள்ளங்களை நிரவப் பார்க்கிறார்.

தத்துவஞானியான பர்ட்ரண்டு ரஸ்ஸல்கூட இந்த அடிப்படையில் தான் கருத்துகளை வெளியிட்டிருக்கிறார். ஒரு தேசம் மற்றொரு தேசத்துடன் சண்டை செய்வதே கொள்ளையடித்த பொருள்களைக் காப்பாற்றிக்கொள்வதற்காகத்தான். சொத்து என்பது இம்சையிலும் திருட்டிலும் உண்டாவதுதான் என்கிறார். அதற்கு உதாரணமாக ஆப்ரிக்காவிலே, வைரச் சுரங்கங்கள் வெள்ளை முதலாளிகளுக்கு எப்படி வந்தன என்று சுட்டிக்காட்டுகிறார்.

இந்தத் தத்துவங்களுக்கெல்லாம் சிகரம் வைத்த கார்ல் மார்க்ஸ், ஒரு புது மதத்தையும், ஒரு புதுக் கோயிலையும் கட்டினார். கார்ல் மார்க்ஸ் பழைய கோயில்களைத் தகர்த்தெறிந்தார். அவர் சொல்கிறார், “வாழும் மனிதனின் பெரும் மூச்சு மதம். இரும்பு இதயங்கொண்ட உலகத்தின் இரக்கம் மதம். ஆத்மீகமற்ற சந்தர்ப்பத்தின் அந்தராத்மா மதம். மதம் மக்களின் போதை” என்று சொல்லி ஆத்திரப்படுகிறார் மார்க்ஸ். வறுமையையும் கஷ்டத்தையும் கண்டு பொறுக்காத ஒரு தீர்க்கதரிசியின் துன்பக் குரல்தான் இந்தக் கடுஞ்சொற்கள். உலகத்திலேயே சிறந்த ஏழை பங்காளன் மார்க்ஸ். ஏழைகளுக்கு முக்தியளிக்க வந்த பெரியோன் மார்க்ஸ்.

“இதுவரையில் வாழ்வை தத்துவ ஞானிகள் விளக்கியிருக்கிறார்கள். இப்பொழுது அதை மாற்றுவது அவசியமாகிறது” என்றார் மார்க்ஸ். உலகத்திற்கு ஒரு புதுக் கடவுளையும் புது சித்தாந்தத்தையும் கொடுத்தார் மார்க்ஸ்.

ஆனால், ஒரே வித்தியாசம். கவிகளும் தத்துவ ஞானிகளும், மனிதன் இதயத்திலே கோயிலைக் கட்டினார்கள். கார்ல் மார்க்ஸ் மனிதன் வயிற்றிலே கோவிலைக் கட்டினார். கவிஞனும் ஞானியும் மனிதன் இதயத்திலே விளங்கும் உள்ளறிவை வணங்கினார்கள். மார்க்ஸ் மனிதன் வயிற்றிலே கொழுந்துவிட்டெறியும் ஜாடராக்னியை வணங்கினார்.

உலகத்திலே சமூக நிலையில் உள்ள ஏற்றத்தாழ்வுகளைத் தவிர்க்க பல அறிஞர்களும் ஞானிகளும் சிந்தித்திருக்கிறார்கள் என்பதைப் பார்த்தோம். ஆனால், உடையவர்களுக்கும் இல்லாதவர்களுக்கும் வகுப்புப் போராட்டம் என்னும் புரட்சியினால்தான் அதற்கும் முடிவு கட்டுவதா? அல்லது உடையவர்களின் மனம் மாற சட்டதிட்டங்களின் மூலம் அந்த வேற்றுமைகளைக்

குறைப்பதா என்பதில்தான் அபிப்ராய பேதம் ஏற்படுகிறது. ஒன்று பிடுங்கிக்கொள்ளப் பார்க்கும் முயற்சி. மற்றொன்று உடையவன் கொடுக்க முன்வரும் மனோவளர்ச்சி. ஆனால், பிந்தைய வழி அதிக காலம் ஆகலாம். ‘மயிலே மயிலே இறகு போடு’ என்றால் போட்டுவிடுமா என்கிறார்கள் முன்னவர்கள். ஆனால், புரட்சியினால் விளையும் பாதகங்கள் ஏராளம். ஆனால், வளர்ச்சியினால் செய்யும் சட்டதிட்டங்கள் அவ்வளவு கெடுதல்கள் உண்டுபண்ணாதவை. மனிதன் பொருள்களை நாம் பிரித்துவிட்டால் மாத்திரம் போதாது. மனிதனுக்கு மனிதன் வித்தியாசம் இருக்கும் வரையில் சமூகத்தில் ஏதோ ஒருவிதமான ஏற்றத்தாழ்வுகள் இருந்துகொண்டுதானிருக்கும். வயிற்றுப் பசியை நீக்கிவிட்டால் மாத்திரம் மனிதன் தேவனாகிவிடமாட்டான். அவனிடம் நிறைவு பெறாத வேறு எத்தனையோ பசிகள் இருக்கத்தான் செய்கின்றன. பாலும் தேனும் பூமியில் வழிந்தோடினாலும் மனிதன் உள்ளத்தில் பேராசை, வெறுப்பு, அகங்காரம் முதலிய விஷ ஜந்துக்கள் ஊர்ந்துகொண்டிருக்கும் பொழுது, அவன் பூமியை சொர்க்கமாக்கிவிடுவானா? வெளியே அமிருதம் இருந்தால் மாத்திரம் போதுமா, மனித உள்ளத்திலே விஷம் இருக்கும் பொழுது? எல்லோரும் எல்லாப் பெருஞ்செல்வம் எய்தி இல்லாரும் கொடுப்பாரும் இல்லாத பொன் நாட்டிலேதான் மந்தரை இருந்தாள், கைகேயி வந்தாள், ராவணன் சூப்பனகை முதலியவர்களும் வந்து ராமாயணத்தை நடத்திக்கொடுத்திருக்கிறார்கள். ஆகவே மனிதன் வயிற்றுப்பசி ஒன்றினால் மாத்திரம் ஆளப்படுவதில்லை.

இதற்கு விளக்கம் சொல்லுவது போல் உபநிஷத்தில் ஒரு கதை வருகிறது. பிருகுவாருணி தன் தந்தையான வருணன் என்பவரை அணுகி தனக்குப் பிரம்மத்தைப்பற்றி உபதேசிக்கும்படி பிரார்த்தித்தான். தந்தை சொன்னார், “எதிலிருந்து மனிதர்கள் உண்டாகிறார்களோ, எதனால் மனிதர்கள் காப்பாற்றப்படுகிறார்களோ, எதில் மனிதர்கள் கடைசியில் போய்ச் சேருகிறார்களோ அதுதான் பிரம்மம்” என்றார்.

பிருகுவாருணி யோசித்தான். “உணவுதான் வாழ்க்கைக்கு அவசியமானது. அதுதான் ஜீவஜந்துக்களைக் காப்பாற்றுகிறது” என்று சொல்லி “அன்னம் (பொருள்) தான் பிரம்மம்” என்றான். தந்தை சொன்னார். “தபஸ் செய். மேலும் உனக்கு உண்மை

புலப்படும்.” பிருகு மேலும் தவம் செய்தான். அப்பொழுது அவனுக்குத் தோன்றியது. “வாழ்க்கையிலே ஜீவஜந்துக்களுக்கு முக்கியமானது பிராணன். ஆகவே பிராணன்தான் பிரம்மம்” என்றான். மறுபடியும் தந்தை தவம் செய்து வரச்சொன்னார். அடுத்தபடியாக பிருகுவிற்கு ‘மனம்’தான் பிரம்மம் என்று தோன்றியது. பிறகு விஞ்ஞானம் (அறிவு) தான் பிரம்மம் என்று தோன்றியது. கடைசியில் ‘ஆனந்தம்’ (பரம்பொருளுடன் இரண்டறக் கலத்தல்) என்று சொன்னான். மனிதனின் ஆத்மா இந்த ஐந்துவித உரைகளால் மூடப்பட்டிருப்பதாக அந்தப் பெரியவர்கள் உணர்ந்தார்கள். அந்த ஐந்து கோசங்களும் வெவ்வேறு பசியாலும் தேட்டத்தாலும் உந்தப்படுகின்றன. இந்த ஐந்துவிதத் தேட்டத்திற்கும் மனிதன் ஆகாரம் தேடவேண்டியதுதான். ஆனால், வயிற்று வேதாந்திகள், ‘அன்னம்’தான் பிரும்மா என்று தங்கள் தேட்டத்தை முடித்துக்கொண்டுவிட்டார்கள்.

ஆனாலும், நம் தேசத்து ஞானிகளும் யோகிகளும் கவிகளும் தவசிகளும், முதற்படியிலேயே நின்றுவிடாமல் எல்லாப் படிகளையும் தாண்டித்தான் சென்றிருக்கிறார்கள். வாழ்க்கையிலே பொருளைத் தேடும் மனிதர்களைப் பார்த்து ‘இவர்கள் பொருளையே தேடிக்கொண்டு திரிகிறார்களே. ஆனால் பொருளுக்கே ஆதாரமான பரம்பொருளையே மறந்துவிட்டார்களே’ என்று வருந்தினார்கள். தாயுமானவர் வெகு அழகாகச் சொன்னார்.

‘பொருளாகக்கண்ட பொருளெவைக்கும்
முதற் பொருளாகிப் போதமாகி
தெருளாகிக் கருதும் அன்பர் மிடிதீரப்
பருகவந்த செழுந் தேனாகி
அருளானோர்க் ககம்புற மென்றுன்னாத
பூரண ஆனந்தமாகி
இருள்தீர விளங்கு பொருளியா தந்தப்
பொருளினையாம் இறைஞ்சி நிற்பாம்.’

மாணிக்கவாசகப் பெருமானும் அழுத்தமாகத்தான் சொல்லுகிறார்.

‘வேண்டேன் புகழ் வேண்டேன் செல்வம்
வேண்டேன் மண்ணும் விண்ணும்
வேண்டேன் பிறப்பு இறப்பு
சிவம் வேண்டார் தமைநாளும்

தீண்டேன் சென்று சேர்ந்தேன்
மன்னு திருப்பெருந் துறை இறைதான்
பூண்டேன் புறம்போகேன்; இனி
புறம்போகல் ஒட்டேனே.'

பொருள் ஆதாரம் இல்லை. பரம்பொருள்தான் ஆதாரம் என்று சொன்னவர்கள் ஒரு நோக்குடன்தான் பேசினார்கள், பாடினார்கள், வாழ்வையும் அப்படியே நடத்திக் காட்டினார்கள்.

ஸ்ரீ தியாகராஜரும் அந்தவிதமேதான் பாடினார்.

'ஏ! மனமே!
பதினாயிரக் கணக்கில் பணத்தை ஏன் வேண்டுகிறாய்.
உனக்கு வேண்டியது ஒருபிடி அரிசிதானே!
பட்டுப்பட்டாக துணிகள் ஏன் வேண்டுகிறாய்.
உனக்கு வேண்டுவது ஒன்றுதானே.
எவ்வளவு வேலி நிலபுலங்கள் இருந்தாலென்ன,
உனக்கு வேண்டியது மூன்று முழம் தானே.
ஆற்று ஜலம் வெள்ளமாக இருந்தாலும்
உனக்கு வேண்டுவது ஒருகுடம் தானே;
இவைகளை யெல்லாம் தேடிச் தேடிச்
சென்று, இதற்கெல்லாம்
சாரமன ஹரியை, ஏமனமே
மறந்து போய் விடாதே'

என்று எச்சரிக்கிறார்.

இவர்களையெல்லாம் பித்தர்கள் என்றும் பத்தர்கள் என்றும் வாழத் தெரியாத துறவிகள் என்றும் சொல்லி ஒதுக்கிவிட நினைக்கலாம். ஆனால் புரட்சி நாடாகிய ருஷியாவிலேயே, புரட்சிக்கு வழிகாட்டிய மகானாகிய டால்ஸ்டாயும் இந்தக் கருத்தையே சொல்வதென்றால், அதை நாம் அவ்வளவு லேசாக ஒதுக்கிவிட முடியுமா? வெகு அழகானதொரு கதை சொல்கிறார் டால்ஸ்டாய்.

குடியானவன் ஒருவனை சைத்தான் சந்திக்கிறான். சைத்தான் சொன்னான், "அப்பா உன் கஷ்டத்தையெல்லாம் நான் தீர்க்க வந்திருக்கிறேன். நீ எந்த நிலங்களையெல்லாம் மிதித்துச் செல்கிறாயோ, அவைகளையெல்லாம் உனக்கே

கொடுத்துவிடுகிறேன். ஒரே ஒரு நிபந்தனைதான். சூரியன் அஸ்தமிப்பதற்குள், ஆரம்பித்த இடத்திற்கு வந்துவிட வேண்டும்" என்கிறான். மனிதனுக்குப் பேராசை பிடித்துக்கொள்கிறது. சும்மா வருகிறது! நல்ல நிலங்கள் அதுவும் என்றால் லேசில் விட்டுவிட முடியுமா? குறிப்பிட்ட நேரத்திற்குள் எவ்வளவு பிரதேசத்தைச் சேர்க்கமுடியுமோ அவ்வளவு சேர்க்கலாமென்று ஓடுகிறான். மேலும் மேலும் ஓடுகிறான். நேரம் போவது தெரியாமல் ஓடிக்கொண்டேயிருக்கிறான். கண் தெரியாமல் ஓடுகிறான். சூரியன் அஸ்தமிக்கும் சமயம் நெருங்குகிறது. அதைக் கண்ட அவனுக்கு நெஞ்சில் அச்சம் தோன்றுகிறது. குறித்த நேரத்தில் திரும்ப வேண்டும் என்று குடல் தெரிக்க ஓடி வருகிறான். நெஞ்சம் பதைபதைக்கிறது. உடல் களைப்பினால் தள்ளாடுகிறது. இருந்தாலும் உயிரைப் பிடித்துக்கொண்டு ஓடுகிறான். சூரியன் மலைவாயில் விழுந்துகொண்டிருக்கிறான் அவன் எப்படியோ தட்டுத்தடுமாறி ஓடிவந்து குறித்த இடத்திற்கு வந்து 'தடாலென்று' கீழே விழுகிறான். விழுந்தவன் எழுந்திருக்கவேயில்லை. ஆனால் அவனுக்கு அவன் வேண்டிய நிலம் கிடைத்தது. அவனைப் புதைக்க எடுத்துக்கொண்ட ஆறடி நிலம் அவனதுதானே. 'ஆறு அடி நிலம்' என்ற இந்தக் கதை மகத்தானதொரு உண்மையைப் போதிக்கும் கதைதானே.

ஸேக்ஸ்பியர்கூடச் சொன்னார், 'ஏ கழுதையே, ஏன் அழுக்கு மூட்டைகளைச் சுமக்கிறாய். நீ போய்ச் சேருமிடம் வந்ததும், உன் மூட்டை உன்னிடமிருந்து போய்விடுமே' என்று கொஞ்சம் காரமாகவே சொல்லியிருக்கிறார்.

உலகத்தையே பாயைப்போலச் சுருட்டி எடுத்த அலெக்ஸாண்டர் கண்ட உண்மைகூடச் சிந்தனையை மிகவும் கிளறக்கூடியதுதான். அலெக்சாண்டர் பர்சியாவை வென்றதும் அவனுக்கு ஒரு ஆசை இருந்தது. அதற்கு முன்பு பர்சியாவை ஆண்ட மாபெரும் சக்ரவர்த்தியான 'சிரஸ்' என்ற மகா சக்ரவர்த்தியின் கல்லறையைப் பார்க்கவேண்டுமென்று அதைத் தேடிச் சென்றான். அந்தக் கல்லறையின் முகப்பில் பின்வருமாறு எழுதியிருந்தது. "அப்பா நீ யாராக இருந்தாலும் சரி. நான்தான் மகத்தான பாரசீக சாம்ராஜ்யத்தை ஸ்தாபித்த 'சிரஸ்'. அதை உத்தேசித்தாவது என் உடலை மூடியிருக்கும் இந்தச் சிறு நிலத்தை எனக்கு விட்டுக்கொடுக்க மறுக்காதே என்று எழுதியிருந்ததாம்.

அலெக்சாண்டர் அதைப் பார்த்துவிட்டு வெகுநேரம் சிந்தனையில் ஆழ்ந்திருந்தானாம்!

பொருளை அடையச் சென்ற ஒரு தோட்டக்காரன் கதையையும் கவனிப்போம். தாகூரின் அற்புதச் சித்திரம் இது.

தாமரைகள் பனியினால் அழிந்துபோயிருந்தன. சுதாஸ் என்ற தோட்டக்காரனின் குட்டையில் மாத்திரம் ஒன்றே ஒன்று மலர்ந்திருந்தது. அதைப் பார்ப்பதற்கு அரண்மனைக்குச் சென்றுகொண்டிருந்தான் சுதாஸ். வழியில் வியாபாரி ஒருவன் வந்துகொண்டிருந்தான். சுதாஸைப் பார்த்து "பகவான் புத்தருக்கு எனக்கு ஒரு தாமரை வேண்டும். இந்தத் தாமரையின் விலை என்ன?" என்று கேட்டான். "ஒரு மோகரா கொடுங்கள்" என்றான் சுதாஸ். அந்தச் சமயத்திலேயே அரசன் வெளியே வந்துகொண்டிருந்தான். "பகவான் புத்தருக்கு ஒரு தாமரை வேண்டும். இதன் விலை என்ன என்று சுதாவைப் பார்த்துக் கேட்டான் அரசன்.

"நான் ஒரு மோகராவிற்கு இவருக்கு விற்றுவிட்டேன்" என்றான் சுதாஸ்.

"நான் பத்து மோகராக்கள் கொடுக்கிறேன். மலரை எனக்கே கொடு" என்றான் அரசன்.

"நான் நூறு மோகராக்கள் தருகிறேன்" என்றான் வியாபாரி. அவர்களுக்குள்ளே போட்டி பலத்தது. ஏலத்தொகை அதிகமாய்க்கொண்டுபோனது. தோட்டக்காரன் திகைத்தான். 'இவர்கள் இந்த மலருக்கு இந்த விலையும் கொடுத்து அதற்கு மேலும் லாபம் அடையத்தானே இந்தப் போட்டியிடுகிறார்கள். அந்த லாபத்தை நானே ஏன் அடையக்கூடாது' என்று நினைத்து, "மகாப்பிரபுக்களே, நான் இதை விற்கவில்லை" என்று சொல்லிவிட்டு பகவான் புத்தரிடம் ஓடோடியும் சென்று, அவர் பாதத்தில் மலரை வைத்துவிட்டு, வணங்கியபடியே, மலர்த்தாமரையைப் பார்த்தான். பாதத்தாமரையைப் பார்த்தான். முகத்தாமரையைப் பார்த்தான். பிரமித்து வாய் பேசாமல் நின்றான்.

"உனக்கு என்ன வேண்டும்" என்ற புன்சிரிப்புடன் கேட்டார் பகவான்.

"பகவானே! எனக்கு என்ன வேண்டும், உங்கள் பாததூளி ஒன்றுதான் எனக்கு வேண்டும்" என்றான் அந்தத் தோட்டக்காரன்.

பொருள் வேண்டாம், அருள்தான் வேண்டும் என்று கேட்டவர்கள் அவர்கள். பொருள் என்பது பொருளாதாரத் தேட்டம்தான். ஆனால் அருள், ஆத்மீகத் தேட்டம். பொருளைத் தேடியவர்கள் வாழ்க்கையின் தேவைகளைத் திருப்தி செய்ய முயல்பவர்கள். அருளைத் தேடுபவர்கள் வாழ்க்கையின் தேவைகளையே ஒழிக்கத் தீவிரமாக முயல்பவர்கள்.

"எந்த மனிதனுக்குத் தேவைகள் குறைவோ அவன்தான் உண்மையில் செல்வவான்" என்றார் மகரிஷி தோரோ.

தேவைகளில் நாட்டம் குறையக் குறைய ஆண்டவனிடம் நாட்டம் அவர்களுக்கு அதிகம் செல்கிறது. பொருளை உதறி எறிந்துவிட்டு, பரம்பொருளைத் தேடிய கவிஞர்களும் பக்தர்களும் எனக்கு வேண்டியது பொருள் அல்ல. நான் வேண்டுவது அருள்தான் என்று ஐயந்திரிபற சொல்லியிருக்கிறார்கள்.

கவிமணியாகவும் பக்தமணியாகவும் ஞானமணியாகவும் திகழ்ந்த நம்மாழ்வார், வெகு நிச்சயத்துடன் சொல்கிறார்.

*அருள்-தான் இனியான் அறியேன்-அவன் என்உள்
இருள்-தான் அறவீற்றிருந்தான்-இது அல்லால்
பொருள்-தான் எனில் மூவுலகும் பொருள் அல்ல
மருள்-தான் ஈதோ மாய மயக்கு மயக்கே.*

நம் உள்ளத்தை மயக்கும் இருளும் மருளும் நீங்கும் பொழுது, நமக்குக் கிடைப்பது அருள்தான்.

*இன்பம் - துன்பம்
இன்பம், இன்பம், இன்பம்
இன்பத்திற் கோரெல்லை காணில்
துன்பம், துன்பம், துன்பம்*

என்றார் பாரதி. மனிதனுடைய முயற்சிகளை எல்லாம் கூர்ந்து கவனிப்போமானால், அந்த இன்ப வேட்கைக்காகவே இருப்பதை அறியலாம். மனிதன் பொருளைத் தேடுவது உண்மைதான். ஆனால், அதற்குக் காரணம், நாளாவட்டத்தில் பொருளைத் தேடுவதே ஒரு இன்பம் பயக்கும் அனுபவமாக ஆகிவிட்டது. பொருளிருந்தால்

மனிதனுக்குத் தேவைப்படும் எந்த இன்பத்தையும் அடைவதற்கு ஒரு வசதி ஏற்பட்டுவிடுவதால் இன்பத்தின் மறு உருவமாகிவிடுகிறது. இன்பத்தை அடையச் செய்யும் சாதனப் பொருளாக மட்டுமமைந்துவிடாமல், மனிதன் தேடும் ஒரு அந்திம (உறுதி)ப் பொருளாகவும் ஆகிவிட்டிருப்பதையும் நாம் பார்க்கலாம். ஆனாலும் பெரும்பாலும் இன்பமே மனிதன் தேடும் பயன் என்பதை பல அறிஞர்கள் ஒப்புக்கொண்டிருக்கிறார்கள். இதை அடிப்படையாகக் கொண்டுதான், அனேக சட்ட திட்டங்கள் விதிக்கப்படுகின்றன. நம் அரசியல் சட்டமும் அதற்கு வழிகாட்டிய அமெரிக்க அரசியல் சட்டமும் மக்களின் இன்பத்தையே குறிக்கோளாகக் கொண்டு அமைக்கப்பட்டிருக்கின்றன. சமூக வாழ்க்கை, அரசியலின் போக்கு எல்லாம் மக்களின் இன்பத்திற்காகவே அமைய வேண்டுமென்பதே லட்சியம். இங்கிலாந்து தேசத்திலே வாழ்ந்த சட்ட நிபுணரும் அரசியல் சீர்திருத்தவாதியுமான ஜெரமி பெந்தாம் ஒரு அரசியல் திட்டத்தையும் அரசியல் ஸ்தாபனத்தையும் அரசாங்கத் திட்டத்தையும் ஒத்துக்கொள்ளவில்லை. பெரும்பாலான மக்களின் பெரும்பாலான இன்பமே (Greatst Happiness of the Greatest number) எந்த அரசாங்கத்திற்கும் குறிக்கோளாக இருக்க வேண்டும் என்பதை வற்புறுத்தினார். ஆனால் 'இன்பம்' என்று சொல்லப்படுவது எத்தன்மையது, அதை அடையும் வழி எது, அதை அனுபவிக்கும் முறை எப்படி என்பதையெல்லாம் அந்தப் பெரும்பான்மையோர் நிர்ணயிக்க வேண்டும் என்பதையும் சொல்லிவிட்டார். வயது வந்த எல்லோருக்கும் ஓட்டுரிமை வேண்டும் என்ற பெரியோர்களில் அவர் ஒருவர். ஆனால் இந்த தத்துவத்திலும் குறைகளில்லாமலில்லை. பெரும்பாலோருக்கு 'இன்பம்' பெறும் முயற்சியில் 'சிறுபான்மையோருக்கு' துன்பம் கொடுக்க வேண்டி வரலாம். அப்பொழுது அது முறையாகுமா? பலருக்கு இன்பமும் சிலருக்குத் துன்பமும் என்பது ஒரு லக்ஷியக் கொள்கையாகுமா?

நம் நாட்டு ஞானிகள் அதை ஒப்புக்கொள்ளவில்லை. தாயுமானவர் சொன்னார்:

எல்லாரும் இன்புற்றிருக்க நினைப்பதுவே
அல்லாமல் வேறொன்றறியேன் பராபரமே!

பெரும்பான்மை, சிறுபான்மை என்பதில்லாமல் எல்லோரும்

31

இன்புற்றிருக்க வேண்டும் என்று சொல்லும் பொழுது தத்துவஞானி தாயுமானவர் அரசியல் ஞானி பெந்தாமின் லட்சியத்திற்கு வெகுதூரத்திற்கப்பால் தாண்டிச் சென்றுவிட்டார். இந்த உலகத்திலே பிறக்கும் ஒவ்வொருவனுக்கும் 'இன்பம்' பிறப்புரிமை. 'தனி ஒருவனுக்கு உணவில்லை யெனில் ஜகத்தினை அழித்திடுவோம்' என்று சொன்ன பாரதி ஏன் தனி ஒருவனுக்கு இன்பம் வழங்க வரவில்லையென்றால் இன்பம் என்பது மனநிலையைப் பொறுத்தது. இன்பத்தைத் தரும் சகல வசதிகள் இருந்தும் சிலர் வேதனைப்பட்டுக்கொண்டேயிருப்பதைப் பார்க்கிறோம். மிகவும் துன்பம் தரும் சூழ்நிலையிலிருந்தாலும், சிலர் மனத்திலே உத்சாகம் குறையாமலிருப்பதையும் கண்டிருக்கிறோம்.

பகவான் புத்தரைப்போல் வாழ்க்கையில் இன்பத்தை நுகர்ந்து வாழ்ந்தவர் எவருமில்லை. ஆனால், அவர் அந்த வாழ்வை இன்பமாகக் கருதவில்லை. மனிதர்களை வாட்டும் துன்பங்களின் உண்மையைக் கண்டு அதற்கு முடிவு காணவேண்டுமென்பதையே தன் வாழ்வின் லட்சியமாகக் கொண்டார். ராஜ்யத்தைத் துறந்தார். சுகங்களைத் துறந்தார். காடுகளில் கஷ்டத்தைக் கொடுக்கும் வாழ்வை ஏற்றார். மனிதன் எப்படி இன்பத்தை அடைய முடியும் என்ற கேள்விக்கு அவர் பதில் சொல்கிறார்.

'நண்பரே, இந்தக் குளிரில் இந்தக் குடிசையில் இருந்தாலும், நான் இன்பமாகத்தானிருக்கிறேன். நீங்கள் உங்கள் அழகான மாளிகைகளில் இருந்தாலும், ஏன் சக்கரவர்த்தியே அவர் அரண்மனையில் இருந்தாலும் என்னைப்போல் மன நிம்மதியுடன் இருக்கமாட்டீர்கள். ஏனென்றால் உங்கள் மனதிலே பேராசை, பயம், துவேஷம் எல்லாம் புகுந்துகொண்டு மனதை அரித்துக்கொண்டிருக்கின்றன. துன்பங்களைத் தரும் இந்த வேர்களை அறுத்தெறிந்துவிட்டால் மனத்திலே நிம்மதிதான்' என்றார்.

எல்லாவற்றையும் துறந்த பகவான் புத்தருக்கு அப்படிப்பட்ட மனப்பக்குவம் வந்திருக்கலாம். ஆனால், பக்குவமே அடையமுடியாத சில ஜந்துக்களுக்கும் ஒருவித இன்பம் இருக்கிறதைப் பார்க்கலாம். நடுத்தெருவில் நின்றுகொண்டிருக்கும் எருமை மாடும், குட்டையில் விழுந்து புரண்டுகொண்டிருக்கும் பன்றியும் மெய்ம்மறந்து இன்ப அனுபவத்தில் லயித்து நிற்கின்றன. மனிதன்

நினைக்கிறான், 'ஆகா இந்தப் பன்றியாகப் பிறந்திருந்தாலாவது துயரமில்லாமல் வாழ்க்கையை நடத்திப் போகலாமே' என்று. மனிதன் சிந்திப்பதால், அவனுக்குக் கவலையும் அச்சமும் வந்து சேர்ந்துவிடுகிறது. மேல்நாட்டு அறிஞர்கள் சொல்வார்கள் 'பன்றியாக இருந்து இன்பத்தை அனுபவிக்கிறாயா அல்லது சோக்ரடீஸாக இருந்துகொண்டு துன்பத்தை அனுபவிக்கிறாயா?' அறிவு புத்தியைக் கலக்கிவிடுகிறது. அறியாமை என்றும் சொர்க்கத்தை அழித்துவிடுகிறது. ஆதாமும் ஏவாவும் சொர்க்கத்தில் இன்பத்தை அனுபவித்துக்கொண்டுதானிருந்தார்கள். ஆனால், அறிவு என்னும் ஞானப்பழத்தைப் பிழிந்து பருகியவுடனே அவர்கள் வாழ்விலிருந்து இன்பம் போய்விடுகிறது. சஞ்சலத்தை அடைகிறார்கள். சலிப்பும் அதிருப்தியும் ஏற்படுகிறது. ஆனால், இந்த அதிருப்தியே மனிதனுடைய மனோ வளர்ச்சிக்கும் ஆத்ம வளர்ச்சிக்கும் மூலாதாரமாக இருந்துவந்திருக்கிறது.

பாரதியார், இதை வெகு அழகாக 'ஞானரதத்தில்' வர்ணித்திருக்கிறார். மனிதத்தன்மையையே வெகு அழகாக எடைபோடுகிறார். பர்வத குமாரி என்ற கந்தர்வ கன்னிகை மனிதனைப் பார்த்துச் சொல்லுகிறாள். 'தோழா, எங்கள் உலகத்தார் செய்கைகளிலே புதுமையில்லையென்று நீ வியப்படைகிறாய். மண்ணுலகத்தார் வாழ்க்கையை மறந்துவிட்டாயா? அதில் ஏதேனும் புதுமையுண்டா? மனித மிருகங்களிலே பாக்யம் பெற்ற சில மிருகங்கள் வாலிபத்திலேயே இறந்துவிடுகின்றன. சில எண்பது தொண்ணூறு நூறு வருஷங்கள் வரை வாழ்கின்றன. எட்டாம் மாதத்தில் தின்னத் தொடங்கிய சோற்றை எண்பதாம் ஆண்டில்கூடச் சாதாரணமாகக் கருதுகிறானில்லை. மானிடா! உங்கள் உலகத்தில் வாழ்வோர் சோற்றுக்கும் உடைக்குமாகப் பொய் சொல்லுகிறார்கள். வஞ்சனை செய்கிறார்கள். ஏமாற்றுகிறார்கள். உடலை விற்கிறார்கள். அறிவை விற்கிறார்கள். அடிமைகளாகி ஆத்மாவை விற்கிறார்கள். மானுடா! உங்கள் உலகத்திலே ஏழைகளாயிருப்போர் பெரும்பாலோர் மானமற்ற அடிமைகள். அவர்கள் அற்ப சுகத்தின் பொருட்டு எது வேண்டுமானாலும் செய்வார்கள். செல்வராயிருப்போரில் பெரும்பாலோர் திருடர்கள். உங்கள் உலகத்திலே எளியோராயிருப்போர் வெறுத்தற்குரிய நீச குணமுடையோர், வலியோராயிருப்போர் காலால் மிதித்து நசுக்குதற்குரிய தீக்குணமுடையார். அவர்கள் எல்லாம் செய்ததைச்

செய்யாமல் வேறென்ன செய்கிறார்கள்? உண்டும், உறங்கியம், நடித்தும் சாகிறார்கள். எங்கள் உலகத்திலே மரணமில்லை, பொய்யில்ல, தீய நடிப்பு, நீசப்பாசாங்கு ஒன்றுமில்லை. இவற்றால் விளையக்கூடிய துன்பங்கள் அனைத்துமில்லை. ஆயினும், உனக்கு எங்கள் வாழ்க்கையிலே திருப்தி உண்டாகாமலிருப்பது ஓர் குற்றமன்று. ஏனென்றால் மானுட ஜன்மம் எவ்வளவு அழிவுகளுடையதாயினும் ஒரு முக்கியமான விஷயத்தில் எங்கள் பிறப்பைக் காட்டிலும் சிறந்தது. ஆத்மத் தேட்டத்திற்கு மனிதப் பிறவி மிகவும் சௌக்கியமானதாக அமைக்கப்பட்டிருக்கின்றது. மாயா சம்பந்தமான எந்த நிலையாலும் மனிதன் ஸ்திரமின்மையைக் கண்டு அதிருப்தியை அடைகின்றான். உங்களில் பெரும்பாலோர் அறிவைப் பலவாறு குழப்பிக்கொண்டு உண்மை நினைப்பேயின்றி புழுக்கள் போல மடிவது மெய்யேயாயினும் ஒருசிலர் பரம நிலையைக் கண்டுவிடுகிறார்கள். தேவர்கள்கூட மோக்ஷமடையவேண்டுமானால் மனித ஜன்மம் எடுத்துத் தீரவேண்டுமென்று நீ கேள்விப்பட்டிருப்பாய்' என்று முடிக்கிறாள் அந்த கந்தர்வ குமாரி.

ஆனால், வாழ்க்கையில் ஞானத்தைத் தேடுபவர்கள் மிகச் சிலரேதான். வாழ்க்கையிலிருந்து விடுதலை வேண்டுபவர்கள் அதனிலும் சிலரே. பெரும்பாலான மக்கள் வாழ்க்கையிலே இன்பத்தைத்தான் நாடுகிறார்கள். வாழ்வின் ஒரே பயன் இன்பம் அடைவதே என்று சொல்பவர்களும் உண்டு. நம் நாட்டிலே லோகாயதர்கள் என்று சொல்லப்பட்டவர்களும் உண்டு. 'மேனாட்டில் இன்ப ஜீவிகள்' (Hedonists) என்று சொல்லப்பட்டவர்களும் இன்பம் ஒன்றுதான் வாழ்வின் லட்சியம் என்பதை வற்புறுத்தியிருக்கிறார்கள். லோகாயதக் கொள்கைகளுக்குத் தலைவனாக விளங்கிய சார்வாகன், இன்று இருக்கும் மேனாட்டுக் கொள்கைகள் சிலவற்றிற்கு ஒத்தவாறு, வாழ்க்கையை நன்று 'சுவைத்து வாழவேண்டும்' என்பதை அழுத்தமாக வற்புறுத்தியிருக்கிறான். நேற்று, நாளை இவைகளைப்பற்றிக் கவலைப்பட வேண்டாம். இன்று இருப்பது போதாதா? அதை அனுபவிக்கலாமே என்றான்.

உயிர் இருக்கும் வரையில் இன்பமாக வாழுங்கள் மறலியின் பார்வையை மறக்க முடியாது.

இத்தச் சடலம் எரிந்தபின்
போன வாழ்வு புத்துயிர் பெறாது.

(ஸர்வதர்சன ஸங்க்ரஹம்)

ஆகவே, காற்றுள்ளபோதே தூற்றிக்கொள். வாழ்வை வீணாக்காதே, வாழ்க்கையிலே துன்பம் இருக்கிறது என்பதற்கு பயந்து இன்பத்தை மறுக்காதே. மிருகங்கள் தான்யங்களைப் பாழ் செய்துவிடும் என்பதற்கு பயந்து மனிதன் பயிரிடாமலிருக்க முடியுமா? பிச்சைக்காரன் வந்து தொந்தரவு செய்வதற்கு பயந்து பானையில் உலை வைக்காமலிருக்க முடியுமா? ஆகவே பைத்தியக்காரர்கள் போல் இன்பத்தை அனுபவிக்காமல் விட்டுவிடாதீர்கள் என்கிறார்கள் லோகாயதர்கள்.

இந்தக் கருத்துகளையொட்டியே ஓமார்காயம் அனேக பாடல்களில் அவருடைய வாழ்க்கைத் தத்துவத்தை நமக்குத் தந்திருக்கிறார்.

ஒழிந்த பாழில் ஒருகணமாம்
உயிர் வாழ்உலகில் ஒருகணமாம்
வழிந்து விண்ணில் மீன்களெல்லாம்
மங்கி மங்கி மறைந்தனவே
அழிந்த பாழின் உதயம்கண்டு
அறியச் செய்வோர் அனைவருமே
எழுந்து நின்றார் கண்டிலையோ?
எழுவாய்! எழுவாய்! எழுவாயே! எழு!

கிடைத்த நிமிஷத்தை வீணாக்காதே. அனாவசியமாக மூளையைக் குழப்பிக்கொள்ளாதே. சென்ற நாளைப்பற்றி சிந்திக்காதே. இன்று போதும். இன்ப மதுவைக் கொண்டுவா என்கிறார்.

மன்னா மனிதர் 'வாழ்வு என்றும்
வழுவி வழுவிப் போகு'மெனச்
சொன்னார் - சொன்ன சொல்லை யின்றும்
சொல்லிச் சொல்லிப் பயன் எதுவோ!
இன்னாள் இனிய நாளானுல்,
இறந்த நாளுக்கு இரங்குவதேன்
பின்னால் எண்ணி நடுங்குவதேன்
பெண்ணே - கிண்ணம் நிறையம்மா!

அது மாத்திரமா, அறிவினாலும் தத்துவங்களாலும் துன்பத்தைத் தவிர வேறு ஒன்றும் பலனில்லை. ஆகவே அவைகளையெல்லாம் துரத்திவிட்டு இன்பத் தேனை நுகரச் சொல்கிறார்.

அல்லும் பகலும் விவேகத்தால்
அடைந்த கவலைக் களவில்லை
தொல்லை நீங்க இன்றவளைத்
துரத்தி விட்டுத் துணிவாகச்
செல்வி திராட்சை வல்லிதரும்
தெய்வமகளை மணந்து கொண்டேன்
இல்லை துயரம் இல்லையினி
இன்பம் என்றும் இன்பமதே.

சரி. இந்த இன்பம் என்பதுதான் என்ன! அது எத்தன்மை கொண்டது? ஒருவன் வெயிலில் நடந்து போய்க்கொண்டிருக்கிறான். ஒரு மர நிழலை அடைந்ததும் 'ஆகா என்ன பிரம்மானந்தம்' என்று அந்த நிழலின் குளிர்ச்சியை அனுபவிக்கிறான். அது அவனுக்கு இன்பத்தைக் கொடுக்கிறது. அல்லது ஒருவன் தனக்கு மிகவும் பிடித்த உணவைச் சாப்பிடும் பொழுது அவன் நாக்கு அந்தச் சுவையில் ஈடுபட்டு அவனை மெய்மறக்கச் செய்து ஒரு இன்ப போதையைக் கொடுக்கிறது. ஆனால் இவைகள் எல்லாம் உடலோடு ஒட்டிய இன்பங்கள். இவைகளை மனிதன் ஓர் அளவுதான் அனுபவிக்க முடியும். அதற்கு மேல் அனுபவிக்க உடல் இடங்கொடுக்காது. அளவுக்கு மீறி இவைகளை அனுபவிப்பதில் உடலுக்கு ஹானியே ஏற்படலாம்.

பர்திருஹரி இதைப்பற்றி வெகு அழகாகச் சொன்னார். 'நாக்கு வறட்சி எடுக்கும் பொழுது குளிர்ந்த ஜலத்தைக் குடிக்கிறான். பசி எடுக்கும் பொழுது சோறும் குழம்பும் சாப்பிடுகிறான். காம வெறி எடுக்கும் பொழுது மனைவியை அணைத்துக்கொள்கிறான். இவைகள் எல்லாம் உடலின் பல வியாதிகளுக்கு மருந்துகள். ஆனால், இதை மக்கள் இன்பம் என்று நினைத்து ஏமாந்து போகிறார்கள்' என்று சொல்கிறார்.

ஆதி சங்கரரும் இந்தப் பொய்யான இன்பத்தைப்பற்றி வெகு அழகாக வர்ணிக்கிறார். மனிதன் தன்னை எது துயரத்தில் அழுத்துகின்றதோ, அதையே இன்பமாகக் கொண்டு தன்னைத் தானே ஏமாற்றிக்கொள்கிறானே என்று அனுதாபம் அறிவிக்கிறார்.

அவர் சொல்லுகிறார்:

> மான் சப்தத்தைக் கேட்டு அதன் உயிரை விடுகிறது
> யானை ஸ்பரிசத்தினால் ஏமாந்து உயிரை விடுகிறது.
> விட்டில் பார்வையினால் விளக்கிலே உயிரை விடுகிறது.
> மீன் நாக்கின் ருசியால் உயிரை விடுகிறது,
> வண்டு வாசனையினால் உயிரை விடுகிறது.

இவைகளுக்கெல்லாம் ஒவ்வோர் இந்திரியங்களே இருக்கின்றன. அப்படியிருந்தும் அவைகள் இந்திரியத்தால் துன்பத்தையே அடைகின்றன. ஆனால் பஞ்சேந்திரியங்களைக் கொண்டிருக்கும் மனிதன் நிலையைப்பற்றிச் சொல்லவும் வேண்டுமோ? இந்திரிய சுகங்களில் ஈடுபட்டு, மனிதன் உண்மையான இன்பத்தைத் தேடாமல் துன்பத்தையும் நாசத்தையுமே அடைகிறான் என்பதையே அழகாகச் சொல்லியிருக்கிறார் சங்கர பகவத்பாதர்.

மனிதன் இந்திரியங்களின் வலை வீச்சிலே சிக்கிக்கொண்டு துயரத்தையே அனுபவித்தாலும், எப்படி இன்பத்தை அனுபவிப்பதாக ஏமாற்றிக்கொள்கிறான் என்பதை விளக்கும் கதை ஒன்று மகாபாரதத்தில் வருகிறது. காட்டிலே ஒரு மனிதனை மதயானை ஒன்று துரத்திக்கொண்டு வருகிறது. அதற்குத் தப்பிப் பயந்து ஓடும் மனிதன் வழியிலிருக்கும் பாழும் கிணற்றில் விழுகிறான். கிணற்றுச் சுவரில் படர்ந்து தொங்கும் கொடிகளில் மாட்டிக்கொண்டு அந்தரத்தில் தொங்கிக்கொண்டு நிற்கிறான். கீழே பயங்கரமான கருநாகம் படமெடுத்துச் சீறிக்கொண்டு நிற்கிறது. இவன் பிடித்துத் தொங்கிக்கொண்டிருக்கும் கொடிகளை எலி ஒன்று அறுத்துக்கொண்டிருக்கிறது. அவன் விழுந்த வேகத்தில் அங்கிருந்த தேன் கூடு கலைந்து தேனீக்கள் அவனைக் கொட்டுகின்றன. இவைகளுக்கெல்லாம் நடுவிலே சிதைந்த தேன் கூட்டிலிருந்து தேன் துளிகள் சொட்டுச் சொட்டாக அவன் நாக்கிலே விழுகின்றன. மனிதன் தன் அத்தனை கஷ்டங்களையும் மறந்து அந்தத் தேன் துளியைச் சுவைத்து அனுபவிக்கிறான். வாழ்விலே நாம் அனுபவிக்கும் இன்பமும் அத்தன்மையதுதான் என்பதை அழகாக உருவகப்படுத்திச் சொல்கிறது இந்த அற்புதமான கதை. இன்ப மதுவை அனுபவிக்கச் சொல்கிறவர்கள் ஏதோ இரண்டு துளி இன்பத்தையாவது அனுபவித்துப் போகலாமே என்றுதான் வலியுறுத்துகிறார்கள் போலும்.

உடலைப் பொறுத்த இந்த இன்பங்கள் வேண்டாம். 'துன்பமும் அதில் பிறக்கும் ஆத்மீக இன்பமும்தான் எனக்கு வேண்டும்' என்று சொல்வது போல் ரசிகரும் கலையுள்ளம் படைத்தவரும் கவிஞரும் அறிவாளியுமான ஆஸ்கார் ஒயில்ட் தன் அனுபவத்திலிருந்து தான் பெற்ற சில கருத்துக்களை *De Profundis* என்ற அவருடைய அருமையான நூலில் விவரிக்கிறார்.

'நான் இன்பத்தையே நாடி வந்தேன். துன்பத்தையும் துயரத்தையும் கண்டு ஒதுங்கிவந்தேன். இந்த இரண்டையும் மனமாற வெறுத்தேன். என் வாழ்விலே அவைகளுக்கு இடமில்லை என்றே நினைத்தேன். வாழ்க்கையின் ரகசியங்களை அறிந்த என் தாயார் கீதே *(Goethe)* யின் சில வரிகளை எனக்கு அடிக்கடிச் சொல்லிக்காட்டுவாள்.

எவன் துயரத்தோடு ஒருவேளை
ஆகாரம் உட்கொள்ள வில்லையோ
எவன் இரவுமுழுதும் கண்விழித்து
துயரத்துடன் விடிவெள்ளிக்குக் காக்கவில்லையோ
அவன் உங்களை அறியமாட்டான்
பரலோகத்திலிருக்கும் பிரக்ருதி தேவதைகளே!

ஆனால் இந்த அரிய கருத்தை என்னால் ஒப்புக்கொள்ள முடியவில்லை. இந்தத் தத்துவத்தைப் புரிந்துகொள்ளவே முடியவில்லை. என் தாயிடம் 'நான் துயரத்தோடு சாப்பிட இஷ்டப்படவில்லை. துன்பத்தோடு விடிய விடியக் காத்திருக்கப்போவதில்லை' என்றுதான் சொல்லிக்கொண்டிருப்பேன்....... ஆனால், இப்பொழுது துயரத்தைப்போல் மனிதனை உயர்த்தக்கூடிய சக்தி வேறு ஒன்றும் இல்லை என்பதைக் கண்டுகொண்டேன்....... சிரிப்பிலும் இன்பத்திலும் கடுமையும் கொடுமையும் இருக்கலாம். ஆனால் மனிதன் அடையும் துன்பத்தில் துன்பம் ஒன்றுதான் இருக்கிறது, துன்பம் இன்பத்தைப் போல் முகமூடி அணிவதில்லை... வாழ்க்கையிலே துன்பம் ஒன்றுதான் உண்மை என்று நான் நினைத்ததுண்டு. மற்றவைகள் நம்முடைய ஐந்து இந்திரியங்களும் நம்மை மயக்கி வைக்கும் ஜாலவித்தைகளாக இருக்கலாம். உலகமே துன்பத்திலிருந்து உற்பத்தியானதுதான். ஒரு குழந்தையும் நட்சத்திரமும் ஜனிக்கும்போதுகூட துன்பவேதனை இருக்கத்தான் செய்கிறது.'

இந்தக் கருத்தையே ஒரு வசன கவிதையிலே அழகாகச் சித்திரித்துக் காட்டியிருக்கிறார். ஒரு சிற்பிக்குக் 'கணத்தில் மறையும் இன்பம்'

என்றதொரு அழகான சிற்பத்தைச் செய்யவேண்டுமென்ற ஆசை மனத்தில் எழுந்தது. அந்தச் சிற்பி அதற்கு வேண்டிய வெங்கலத்தைத் தேடி அலைந்தான். அவனுக்குச் சிற்பங்களை வெங்கலத்தில்தான் வார்க்கத் தெரியும். எங்கேயும் அவனுக்கு வெங்கலம் கிடைக்கவில்லை. கடைசியில் அவன் முன்னர் செய்திருந்த ஒரு சிற்பத்தையே உருக்கி அதன் வெங்கலத்தை உபயோகப்படுத்த முடிவு செய்தான். ஆனால் அந்தோ! அந்த சிற்பத்தை அவன் தன் அன்பின் அடையாளமாகச் செய்திருந்தான். தன் அழியாத காதலின் சின்னமாகச் செதுக்கியிருந்தான். தான் காதலித்த பெண்ணின் கல்லறையில் அதைச் செதுக்கியிருந்தான். மனிதனின் அழியாத தன்மையைக் காட்டும் அந்தச் சிற்பத்திற்கு 'அழியாத் துன்பம்' என்று பேரிட்டு வைத்திருந்தான். கடைசியில் அன்போடும் ஆசையோடும் சிருஷ்டித்திருந்த அந்தச் சிற்பத்தை அனலிலிட்டான். அழியாத் துன்பத்திலிருந்து கணத்தில் மறையும் இன்பத்தைச் செதுக்கினான்.

இன்பம் நிலையற்றது. ஆனால், அழியாத ஆன்மீக உணர்ச்சிகளையே அதற்கு ஈடாக மனிதன் பறிகொடுத்து அந்த இன்பத்தை அடைய முயலுகிறான் என்பதை கவிதைச் சுவையுடனும் கற்பனையுடனும் காட்டியிருக்கிறார் ஆஸ்கார் ஒயில்ட்

இன்ப துன்பங்களின் உண்மையான தன்மைகளை ஊடுருவிப் பார்க்கத் தெரிந்துகொண்ட புத்தபிரான் இன்பமும் துன்பமும் வேண்டாம். இரண்டையும் உதறி எறியுங்கள் என்றார்.

இன்பமானதையோ துன்பமானதையோ
எவரும் பற்றிக்கொண்டிருக்க வேண்டாம்
இன்பமானதைக் காணாமையும் துக்கம்
துன்பமானதைக் காண்பதும் துக்கம்
ஆதலால் எதிலும் ஆசை வேண்டாம்
ஆசைப்பட்ட பொருளை இழத்தல் துன்பம்
ஆசையும் வெறுப்பும் அற்றவனுக்கு
விலங்குகள் இல்லை.

ஆசைப்பட்டதிலிருந்து சோகம் தோன்றுகிறது
ஆசைப்பட்டதிலிருந்து அச்சம் தோன்றுகிறது
ஆசையற்றவனுக்குச் சோகமில்லை
பயம்தான் ஏது

போகத்திலிருந்து சோகம் தோன்றுகிறது
போகத்திலிருந்து அச்சம் தோன்றுகிறது
போகத்தை விட்டவனுக்குச் சோகமில்லை
பயம்தான் ஏது!

ஆசைகளுக்கு நிகரான அனல் வேரில்லை
துவேஷத்திற்கு நிகரான நோய் வேறில்லை
உடலோடு வாழ்வதற்கு நிகரான துயர் வேறில்லை
சாந்திக்கு மேலான சந்தோஷம் இல்லை

ஏகாந்தத்தின் இன்பத்தையும் அமைதியின்
இன்பத்தையும் நுகர்ந்த பிறகு
ஒருவன் தர்மத்தின் இன்பத்தைப் பருகும்போது
பயமும் பாபமும் விலகுகின்றன.

(தம்மபதம்: ப. ராமஸ்வாமி மொழிபெயர்ப்பு)

இன்பம் துன்பம் என்ற மனப்பான்மைகளே எதனால் ஏற்படுகின்றன? நமக்கு என்று ஒரு உருவம், ஒரு குடும்பம், உறவு முறைகள், நம்முடையவை என்று சொல்லிக்கொள்ளும் பொருள்கள், இப்படிச் சிலவற்றோடு ஒன்றி நிற்கிறோம். நம்முடையவை அல்ல என்று பலவற்றோடு பிரிந்து நிற்கிறோம். இந்த வேறுபாட்டினால்தான் நமக்கு இன்பமும் துன்பமும் பிறக்கின்றன. அந்த வேறுபாடு நீங்கும் பொழுது இன்ப துன்பங்கள் நீங்கிவிடுகின்றன. வள்ளுவர் இந்தச் சிறந்த தத்துவத்தை வெகு அழகாக விளக்கியிருக்கிறார்.

இன்பத்துள் இன்பம் பயக்கும் இகல் என்னும்
துன்பத்துள் துன்பம் கெடின்

(குறள் 854)

இகல் - மாறுபாடு என்கிற துன்பத்திற்கு மூலகாரணமான தன்மை போய்விட்டால் அதுவே இன்பத்துள் இன்பமான பேரின்பம். அதுவே சாந்தி.

கீதாசாரியன் அருச்சுனனுக்கு உபதேசித்ததும் இதுவேதான். 'ஸ்தித ப்ரக்ஞன்' எப்படிப்பட்டவன் என்பதற்கு பகவான் பதில் சொல்லுகிறார்.

எவனொருவனிடம் ஆசைகள், சமுத்திரத்தில் போய் விழும் ஆறுகள் போல் பெருகிவந்தாலும், அவன் அந்தச் சமுத்திரத்தைப்

போலவே கரை தாண்டாமலும் அசையாமலும் இருக்கிறானோ அவன்தான் சாந்தியை அடைகிறான். பிரியமுள்ள வஸ்துகளைப் பிடித்துக்கொண்டிருப்பவனல்ல. (2-71)

எவன் எல்லா விருப்பங்களையும் விட்டுவிட்டு அகங்காரம், மமகாரம் இல்லாமல், ஆசையில்லாமல் திரிகிறானோ அவனே சாந்தியடைகிறான். (2-73)

இப்படிப்பட்ட நிலையை அடைந்த ஒரு கிரேக்க அறிஞர் மனிதனுடைய இன்ப துன்பங்களைப்பற்றிச் சொல்லிய கருத்தும் கவனிக்கத்தக்கது. உமார்காயம் சொன்னான். 'நேற்றைய தினத்தையும் நாளையைப் பற்றியும் கவலை கொள்ளாதே. இன்று இருக்கிறதே. போதாதா? அதை நன்கு அனுபவி' என்று. அதற்கு எதிரிடையான கருத்தைச் சொல்கிறார் கிரேக்க ஞானி. 'நேற்றைய துன்பங்கள் உன்னை விட்டு விலகிவிட்டன. இன்றைய துன்பங்களை நீ இன்னும் புரிந்துகொள்ளவில்லை. நாளைய துன்பங்கள் இன்னும் உன்னிடம் வரவில்லை. பின் ஏன் சஞ்சலப்படுகிறாய்' என்கிறார். உமார்காயம் சொன்ன நிலை வேறு. இவர் சொல்லும் நிலை வேறு. கிரேக்க ஞானி விருப்பு வெறுப்பற்ற ஒரு நிலையைக் குறிக்கிறார். அதுவே நிரந்தரமான இன்பத்தைக் கொடுக்கும் நிலை. அதுவே சாந்தியைக் கொடுக்கும் நிலை. அதை அடைபவர்களுக்கு இன்பம், கவலை, துன்பம் இல்லை.

இந்நிலை அடைந்த ஒரு மனிதனைப்பற்றிய அழகான கவிதை ஒன்றை ரவீந்திரர் தந்திருக்கிறார். ஒரு துறவியிடம் பரம ஏழை ஒருவன் வந்தான். 'சுவாமி, நான் பிறந்ததிலிருந்து வறுமையில் உழல்கின்றேன். துன்பத்தைத் தவிர வேறு ஒன்றையும் பலன் காணவில்லை. நீங்கள் தயைகூர்ந்து என் கஷ்டத்தைத் தீர்க்கவேண்டும்' என்று அவர் காலில் விழுந்தான். 'அப்பா நானே துறவி. உன் கஷ்டத்தைத் தீர்க்க என்னிடம் என்ன இருக்கிறது. நான் எப்படி உன் நிலையை மாற்றி இன்பமுள்ளதாகச் செய்ய முடியும்' என்றார். அவன் சொன்னான் 'சுவாமி, நேற்று நான் ஒரு கனாக்கண்டேன். தங்களிடம் போனால் என் கலி தீரும் என்று அறிந்துகொண்டேன்' என்றான். துறவி ஒரு கணம் யோசனை செய்தார். அவருக்குச் சட்டென்று ஞாபகம் வந்தது. ஒரு சமயம் நடக்கும் பொழுது ஏதோ ஒன்று காலில் தட்டுப்பட்டது. பார்த்தால்

அது மாணிக்கக் கல். தனக்கு எதற்கென்று ஒரு செடியின் கீழே தூக்கியெறிந்தார். அந்தச் செடி இருக்கும் இடத்தைச் சுட்டிக்காட்டி, 'அதோ அந்த இடத்திற்குப் போ. அங்கு ஏதாவது உனக்கு வேண்டியது அகப்பட்டால் எடுத்துக்கொண்டு போ' என்று சொன்னார். தரித்திரன் அங்கு போய்த் தேடினான். விலையுயர்ந்த மாணிக்கம் கிடைத்தது. அவன் வறுமை நீங்கியது. துன்பம் விலகியது. அதை எடுத்துக்கொண்டு துறவியிடம் வந்தான். அந்த மாணிக்கத்தின் ஒளியைக் கண்டான். அந்த மகா தபஸ்வியின் முகத்திலிருந்து வரும் தெய்வீக ஒளியைக் கண்டான். துறவியின் காலடியில் விழுந்து 'சுவாமி, இந்த ரத்னம் விலையற்ற பொருள். ஆனால் இதையும் வெறும் கல்லுக்குச் சமமாக நினைக்கச் செய்யும் தங்களுடைய பெரும் செல்வத்தில் கொஞ்சம் கொடுங்கள்' என்று சொல்லிவிட்டு, அந்த மாணிக்கத்தை ஜலத்தில் தூக்கி எறிந்துவிட்டு அவர் காலடியில் விழுந்தான்.

அவன் தேடிய செல்வம் கிடைத்தது அவன் வேண்டிய இன்பம் கிடைத்தது.

நல்லதும் கெட்டதும்

எல்லா ஜீவராசிகளுக்கும் பொதுப்படையான அவஸ்தைகள் *(Hunger, Sex)* வயிற்றுப் பசியும், உடலின் பசியான காம உணர்ச்சியும். பொருளையும் இன்பத்தையும் தேடும் மனிதன் இந்த இரண்டையும் பூர்த்தி செய்துகொள்ளவே அவைகளைத் தேடுகிறான். இந்தப் பொதுப்படையான வேட்கைகளைத் தேடும் மனிதன் மிருகங்களிலிருந்து எதிலாவது வேறுபட்டோ, உயர்ந்தோ நிற்கிறானா?

கவனித்துப் பார்ப்போமானால், மிருகங்களே பலவிதங்களில் மேம்பட்டு நிற்கின்றன. மார்க் ட்வைன் கிண்டலாகச் சொன்னார். "கடவுள் குரங்கைப் படைத்தார். ஏனென்றால், அவருக்கு மனிதனிடம் அதிருப்தி ஏற்பட்டது" என்றார். கேலி கிடக்கட்டும். மிருகங்கள் ஒவ்வொன்றுக்கும் அதன் சுபாவ குணம் *(Instinct)* இருக்கிறது. அதுவே அவைகளின் நடத்தையை இயக்குவிக்கிறது. எதைச் சாப்பிடலாம்? எதைச் சாப்பிடக் கூடாது? எப்பொழுது ஆபத்து இருக்கிறது? எப்பொழுது மழை பெய்யப் போகிறது? எங்கு இரை கிடைக்கும்? என்பதையெல்லாம் அவர்களின் இயற்கை அறிவின்படி அவைகள் அறிந்துகொண்டுவிடுகின்றன. மனிதனுக்கு உள்ளதைவிட மிருகங்களுக்கு மிகவும் நுட்பமான சில சக்திகள் இருப்பதைக் காணலாம். நாய்களும் வேறு சில மிருகங்களும் மோப்பத்தினால் அனேக விஷயங்களைச்

செய்கின்றன. பார்ப்பது, கேட்பது, நுகர்வது உணர்வது, ருசிப்பது போன்ற ஐந்து இந்திரியங்களின் செயல்களிலும் மனிதனைவிட மிருகங்களிடம் ஒவ்வொன்றில் ஒவ்வொன்று மேம்பட்டதாக இருக்கின்றன. ஆகவே மனிதன் எந்த விதத்தில் மிருகத்தைவிட மேம்பட்டவனாக இருக்கிறான்? மனிதனுக்கும் மிருகங்களுக்கும் ஐந்து இந்திரியங்களின் அறிவு பொதுப்படை, ஆனால், மனிதனுக்கு மாத்திரம் ஆறு அறிவு உண்டென்பதையும் அந்த ஆறாவது அறிவு பகுத்தறிவு என்பதையும் நாம் சொல்லக்கேட்டிருக்கிறோம். அந்தப் பகுத்தறிவு எதைப் பகுத்து அறிகிறது. நல்லது கெட்டது என்பதை அறிவதே அறிவு. அதுவே பகுத்தறிவு. மனிதன் ஒருவனுக்குத்தான் அது சாத்தியமாகிறது.

'நல்லது', 'கெட்டது' என்று எவைகளைச் சொல்கிறோம். எதனால் அவைகள் 'நல்லதும்' 'கெட்டதும்' ஆகின்றன. குழந்தைகளுக்கு விளக்கெண்ணெய் போட்டும் தாய், அக்குழந்தைக்குப் பிடிக்காத காரியத்தைத்தான் செய்கிறாள். குழந்தைக்கு விளக்கெண்ணெய் பிடிக்காத வஸ்துதான். ஆனாலும் குழந்தையின் உடலுக்கு அது நல்லது என்றுதான் தாய் கட்டாயப்படுத்தி, எண்ணெயை குழந்தையின் வாயில் திணிக்கிறாள். பையன் பள்ளிக்குப் போவதைப் பிடிக்காத காரியமாக நினைக்கிறான். இருந்தாலும் பெற்றோர்கள் கட்டாயப்படுத்திப் படிக்க வைக்கிறார்கள். பையனுடைய அறிவு வளர்ச்சிக்கு நல்லது என்றே அவர்கள் அதைச் செய்கிறார்கள். நோயாளி கட்டியினால் அவஸ்தைப்படுகிறான். டாக்டர் அதை உடைத்து மருந்து போடும் பொழுது அவனுக்கு அளவிறந்த வலியைக் கொடுக்கிறது. ஆனால் அப்படிச் செய்வதுதான் நோய் தீர்ந்து உடலுக்கு நல்லது உண்டாகும் என்று அந்த வைத்தியத்துக்கு உடன்படுகிறான். ஆகையினால், நமக்குப் பிடிக்காத காரியங்கள் நமக்கு நன்மை தரும் விஷயங்களாக இருக்கலாம். நமக்கு மிகவும் பிடித்த விஷயங்கள் மிகவும் கெடுதல் செய்யக்கூடியவைகளாகவும் இருக்கலாம்.

குடிப்பழக்கம், சூதாட்டம், சிற்றின்ப லீலைகள் இவைகள் மனதிற்கு மிகவும் இன்பத்தைக் கொடுக்கலாம். நாளடைவில் அவை, மனிதனின் உடல், உள்ளம், பொருள் எல்லாவற்றையும் கெடுத்துவிடும் சக்தியைக் கொண்டவை என்பதை யாவரும் அறிந்ததே. ஆகவே நல்லது, கெட்டது என்பவற்றைத் தீர்மானிப்பது, உடலின் பிரியத்தையோ உள்ளத்தின் பிரியத்தையோ பொறுத்ததல்ல.

மிருகங்கள்தான் அவைகளுடைய இயற்கை அறிவினால், நல்லது கெட்டதை உடலைப் பொறுத்துத் தீர்மானிக்கின்றன. மனிதன் மட்டும், தன் உடலுக்கும் உள்ளத்திற்கும் புறம்பான, தனக்கே புறம்பான ஒரு நியதியைக் கொண்டு நல்லதையும் கெட்டதையும் அறிகிறான். அதுதான் தருமம். அறநெறி. இந்த அறநெறியே மனிதன் நடத்தையை நிர்ணயம் செய்கிறது. நல்லது கெட்டதை ஆராயும் மனிதன் *(Morally Right or Wrong)* அறநெறியில் நல்லதா கெட்டதா என்பதை அறிய முயல்கிறான். இதுவே, இதர ஜீவராசிகளுக்கு இல்லாத மனிதனுடைய தனிச்சிறப்பு.

அறநெறி என்பது எப்படி ஏற்படுகிறது? ஏன் ஏற்படுகிறது? உலகத்திலே ஒரே ஒரு மனிதன் மாத்திரம் இருந்துவிட்டால் அவன் சுயேச்சாதிகாரியாக இருக்கலாம். அவனுக்குச் சட்டம் வேண்டியதில்லை. தருமம் வேண்டியதில்லை. ஆனால், தனியாகlf தீவில் சுதந்திரனாக இருந்த ராபின்ஸன் க்ரூஸோ வேற்று மனிதனின் காலடியைக் கண்டே நடுங்கினான் அல்லவா? இரண்டு மனிதர்கள் சேரும் பொழுது, அபிப்ராய பேதம், சண்டை, போட்டி இப்படி அனேக விபரீதங்கள் ஏற்பட்டுவிடுகின்றன.

அபிப்ராய பேதம், சண்டை, போட்டி இவைகள் எல்லாம் இருந்தாலும் மனிதன் என்றுமே தனிமனிதனாக வாழ்வதில்லை. வாழவும் முடியாது. மனிதனைச் சுற்றி அனேக வட்டங்கள் இருக்கின்றன. அவனைச் சுற்றி நிற்கும் முதல் மதிற்சுவர், குடும்பம். அதைத் தாண்டிப்போனால், சமூகம் என்ற பெரிய மதில் சுற்றி நிற்கிறது. அதையும் தாண்டினால், தேசம், அரசாங்கம் என்ற மதில்கள் நிற்கின்றன, அதற்கு அப்பால் பிரபஞ்சம். இடத்தையும் காலத்தையும் தொட்டுக்கொண்டு நிற்கின்றன. அதனால்தான் மனிதன் தான்தோன்றியாக ஒன்றும் செய்துவிட முடிகிறதில்லை. அவன் சில தருமங்களுக்கும் சட்ட திட்டங்களுக்கும் கட்டுப்பாடுகளுக்கும் அடங்கியிருக்க வேண்டியிருக்கிறது. இந்தப் பல்வேறு நிலைகளில் அவனை ஒழுங்குமுறையாக நடந்துகொள்ளச் செய்வதுதான் அறம். அதுவே அவன் செய்வதில் நல்லதையும் கெட்டதையும் நிர்ணயிக்கிறது.

சிறு பிள்ளைகள் பள்ளிக்கூடங்களில் ‘அறஞ் செயவிரும்பு’ என்ற பாடத்துடன் தங்கள் கல்வியை ஆரம்பிக்கின்றனர். இதுதான் மனிதனுடைய முதற்பாடம். இதுவே மனிதன்

தெரிந்துகொள்ளவேண்டிய கடைசி பாடமும்கூட. இதை உத்தேசித்துத்தான், வேதங்கள் கற்று வெளியே செல்லும் வித்யார்த்திகளுக்கு, அந்த வேத மந்திரங்களின் சாரமாக 'சத்யம்வத - தர்மம்சர' என்று உபதேசித்திருக்கிறார்கள். மனிதனுடைய செயல்கள் அனைத்திலும் தருமம் என்பது ஊடுருவி நிற்கவேண்டுமென்பதை நம் பெரியோர்கள் வற்புறுத்தியிருக்கிறார்கள்.

மகாபாரதத்தின் கடைசியில் பகவான் வியாசர், "அர்த்தம் காமம் இரண்டையும் தருமம் கொடுக்கிறது என்று நான் கதறுகிறேன். ஆனால் ஒருவர் காதிலும் விழவில்லையே" என்று வருந்துகிறார். மனிதனுடைய நடத்தையில் வேர் போன்றது அறம். மனிதன் செய்வது நல்லதா கெட்டதா என்பது அது அறத்தை ஒட்டியிருக்கிறதா இல்லையா என்பதைப் பொறுத்ததுதான். வாழ்க்கையின் அடிப்படையான இந்த உண்மையையே, கம்பன் வாழ்க்கைக்கு இலக்கணமாக நமக்குச் சொல்லியிருக்கிறான்.

> ஏகம் முதல் கல்வி முளைத்து
> எழுந்து எண் இல்கேள்வி
> ஆகும் முதல் திண்பணை போக்கி
> அருந் தவத்தின்
> சாகம் தழைத்து அன்பு அரும்பி
> தருமம் மலர்ந்து
> போகங் கனிஒன்று பழுத்தது
> போலும் அன்றே

கல்வியில் முளைத்து, தவத்தில் தழைத்து, அன்பில் அரும்பி, தருமத்தில் மலரவேண்டுமாம் போகம் என்ற கனி.

நம் நாட்டுத் தத்துவங்களை தினசரி வாழ்க்கையிலும் வாழ்வின் பல அம்சங்களிலும் அமலுக்குக் கொண்டுவந்து காட்டிய ஆதர்ச புருஷரான மகாத்மா காந்தி தருமத்தின் அவதாரமாகவே நமக்குத் தோன்றினார். வாழ்விலே மனிதன் லட்சியத்தை அடைவது மாத்திரம் பெரிதல்ல. ஆனால், அதை அவன் எப்படி அடைகிறான் என்பதும் முக்கிய விஷயம்தான் என்பதை நமக்கு சந்தேகத்திற்கு இடமின்றி விளக்கிச் சொல்லியிருக்கிறார். வழி தவறக்கூடாது. அறம் வகுத்த வழியை விட்டு விலகக்கூடாது என்பதுவே அவர் கொள்கை.

சில வருஷங்களுக்கு முன்பு ஒரு பிரபல லண்டன் பத்திரிகை மனிதனுக்கு இன்றியமையாத உரிமைகள் யாவை என்பது பற்றி பல அறிஞர்களை வினவியது. அறிஞர்கள் தத்தம் கருத்துக்களை எழுதியனுப்பியிருந்தார்கள். அந்தக் கேள்வி மகாத்மாஜிக்கும் வந்து சேர்ந்தது. காந்திஜி சொன்னார், "மனிதன் உரிமைகள் என்பதைத் தீர்மானிக்கும் முன்பு அவன் கடமைகள் என்னவென்பதை நிர்ணயம் செய்யவேண்டும்" என்றார். சம்பளம் என்ன என்று கேட்பவன் தான் செய்யவேண்டிய வேலை என்ன என்பதைக் கேட்டுத் தெரிந்துகொள்ள அக்கறை காட்டவேண்டுமல்லவா? அதேபோல் நாம் உரிமைகளின் பலனை அடையவேண்டுமானால், கடமைகளை நிறைவேற்றிய பின்னரே நாம் அதை அடையலாம்.

மாபெரும் தத்துவ ஞானியான காண்ட் (Kant) சொன்னார். "இரண்டு விஷயங்கள் எனக்கு அதிசயத்தையும் பிரமிப்பையும் உண்டுபண்ணுகின்றன. வெளியே இயங்கும் நட்சத்திர மண்டலம். உள்ளே (மனித இதயத்திலே) இயங்கும் அறநெறி" என்றார். மனிதனுக்கு உள்ளேயும் புறத்தேயும் ஆட்சி செய்யும் அறநெறியைத்தான் வேதரிஷிகள் 'ரிதம்' என்று சொன்னார்கள். பூமியையும் ஆகாசத்தையும் எது தாங்குகிறதோ அதுவே மனித உள்ளத்திலும் இயங்குகிறது என்பதைக் கண்டார்கள். வாழ்க்கையையும் வாழ்க்கை தரும் இன்பத்தையும் புறக்கணிக்காத வேதரிஷிகள் தங்கள் வாழ்க்கையில் ஒரு நியதியைக் கண்டார்கள் 'சத்யம்', 'தவம்', 'ரிதம்' என்ற மூன்றினுக்குள்ளே, தங்கள் வாழ்வின் எல்லைகள் அடங்கியிருக்கின்றன என்பதை நன்கு உணர்ந்தார்கள்.

'ரிதம்' நம்மை வலுப்படுத்துகிறது
ரிதத்தின் ஞாபகமே நம்மை ஒழுங்கு
மீறாமல் கட்டுப்படுத்துகிறது
எழுப்பச் செய்யும் புனிதமான 'ரிதத்'தின் பாடல்
உயிருள்ள மக்களின் செவிட்டுக்
காதுகளில்கூட கேட்கிறது
இந்த மாறாத நியதியின் அஸ்திவாரம் பலமானது
அதன் உருவத்திலே பல அழகுகளைக்
காண முடிகிறது
இந்த நியதியினால் நமக்கு உணவு கிடைக்கிறது
இந்த நியதியில் பசுக்கள் நம் பூசைக்கு வருகின்றன
இந்த அழகான நியதியை அவன் (இந்திரன்) தாங்குகிறான்

> இதன் வலியால் நமக்குப் பொருள்கள் கிடைக்கின்றன
> மண்ணும் விண்ணும்
> வியாபித்திருக்கும் பசு நமக்கு அன்புடன் ஊட்டும்
> பால் இந்த நியதியேதான்

என்று வேத ரிஷிகள் மண்ணையும் விண்ணையும் இயக்கிவைக்கும் நியதியைப்பற்றிப் பாடினார்கள்.

மேனாட்டுத் தத்துவ ஞானிகளுள் தலைசிறந்த ஒருவரான 'ஸ்பினோஸா' மக்களை இயக்கிவைக்கும் நல் அறத்தையே கடவுளாகக் காண்கிறார். இயற்கையிலும், மனித உள்ளத்திலும் இயங்கும் ஒழுங்குமுறையைக் கண்டு வியந்து, அதுவே கடவுள் என்று வணங்கினார். "இயற்கையில் எது மாறாமலிருக்கிறதோ, எது காரியங்களிலிருந்து சங்கிலித் தொடராகத் தொடர்ந்து வருகிறதோ, மாற்ற முடியாத விதியாக எது இருக்கிறதோ, அதைத்தான் நான் கடவுள் என்று சொல்கிறேன். எப்படி வட்டத்தில் எது ஆரம்பம், எது முடிவு என்று சொல்லமுடியாமல், சுழன்றுகொண்டிருக்கிறதோ, அப்படித்தான் கடவுளின் நியதி இருக்கிறது. செய்யப்படுவதில் செயலாக இருக்கிறான். உலகத்திலே அதன் நியதியாக இருக்கிறான். பாலம் எப்படி அதன் விதிக்கும் அமைப்புக்கும் கட்டுப்பட்டு நிற்கிறதோ, பிரபஞ்சமும் அப்படியேதான் கட்டுப்பட்டு நிற்கிறது. அது கடவுள் என்ற நியதிக்கு கட்டுப்பட்டு நிற்கிறது" என்று வெகு அழகாகச் சொல்லியிருக்கிறார். அவருடைய *Ethics* (அறநூல்) தத்துவ சாஸ்திரங்களுக்குள்ளே மிகப் பிரசித்தி பெற்றதொரு நூல்.

மாறாத நியதி என்று சொல்கிறோமே! அப்படியிருக்க முடியுமா? தருமங்கள் இடம், காலம், சந்தர்ப்பம் இவைகளைப் பொறுத்து மாறுவதில்லையா? ஒரே நிலையில் தருமமும் அதர்மமும் சேர்ந்திருக்க முடியுமா? இந்த பிரச்னைகளை மனிதனுடைய குயுக்தியும் மூர்க்கத் திறனும் குழப்புகின்றன என்பதற்கு ஒரு சிறு உதாரணம்.

ஒரு கறுப்பு நரி காடு பூராவும் அலைந்து பார்த்தும் அதற்கு இரை ஒன்றும் கிடைக்கவில்லை. அப்பொழுது வெள்ளை நரி ஒன்று ஆட்டுக்குட்டி ஒன்றைத் தூக்கி வந்தது. கறுப்பு நரிக்கு வாயில் ஜலம் ஊறிற்று. அது வெள்ளை நரியைப் பார்த்துச் சொன்னது. "அப்பா, எனக்கு மிகவும் பசியாயிருக்கிறது. நாம் இரண்டு பேரும் பங்கு போட்டுக்கொள்ளலாம்" என்று கெஞ்சிக் கேட்டது. வெள்ளை

நரி சொல்லிற்று, "அதெப்படி, அவர் அவர்கள் வயிற்றிற்கு அவர் அவர்கள் சம்பாதிக்க வேண்டியதுதான். நான் கொடுக்க முடியாது" என்று சொல்லிவிட்டது. "கொடுக்கமாட்டாயா" என்று ஆட்டுக்குட்டியின் மேல் பாய்ந்தது கறுப்பு நரி. வெள்ளை நரியைவிட கறுப்பு நரி பலசாலி. ஆகவே ஒரே பாய்ச்சலில் ஆட்டுக்குட்டியைப் பிடுங்கிக்கொண்டது. வெள்ளை நரிக்கு ஒன்றும் தோன்றவில்லை. இந்த அதிக்ரமத்தைக் கண்டு அதற்கு ஆத்திரமும் துக்கமும் பொங்கிக்கொண்டு வந்தது.

"இது அநியாயம், இது அநியாயம்" என்று கூச்சலிட்டது வெள்ளை நரி. நரியின் பரிதாபகரமான குரல் ஆட்டுக்குட்டியின் இதயத்தைத் தொட்டுவிட்டது.

"ஐயா, தருமம் என்பது எது?" என்று வெள்ளை நரியைக் கேட்டது ஆட்டுக்குட்டி.

"சீ, வாயை மூடு. இதில் உனக்கு ஒன்றும் சம்பந்தம் இல்லை" வாயடக்கியது வெள்ளை நரி.

- *(சீனக்கதை)*

பெரும்பாலான மக்கள் தருமத்தைப்பற்றி அறிந்துகொண்டிருப்பது இந்த வெள்ளை நரி வேதாந்தம்தான். சுயநலம் என்ற கண்ணாடி வழியாகத்தான் உலகத்தைப் பார்க்கிறான் மனிதன். தான் பிறருக்குச் செய்யும் அநீதிகளை அவன் உணர்வதேயில்லை. அது மிகவும் நியாயமான காரியமாகக்கூட நினைத்துவிடுகிறான். தனக்கு ஏதாவது கெடுதி ஏற்படும் பொழுது உலகம் அவனுக்குச் செய்யும் அநீதிகளை வெகு நன்றாக அறிந்துகொள்ளுகிறான். - இந்தப் போலி தர்மங்களைக் கடந்து, உண்மையான அறவழியிலே வாழ்க்கை நடத்துவது சுலபமான காரியம் என்று சொல்லிவிடுவதற்கில்லை. மனிதன் பல சட்ட திட்டங்களுக்கும் பழக்க வழக்கங்களுக்கும் உலக நீதிகளுக்கும் பொது தர்மங்களுக்கும் உட்பட்டே வாழ்க்கை நடத்தவேண்டியிருக்கிறபடியால் ஒரு தருமத்திற்கும், மற்றொன்றிற்கும் நடுவே, ஊசலாட வேண்டிவரும். இவைகளைத்தான் 'தரும சங்கடங்கள்' என்று சொல்லுகிறோம். மனிதனைக் கட்டுப்படுத்தக்கூடிய இரண்டு தர்மங்களில் ஒன்றை விட்டு, மற்றொன்றை பிடித்துக்கொள்ளும் நிலை வரும்பொழுது மனிதனுக்கு தரும சங்கடம் ஏற்படுகிறது. மனிதனைச் சுற்றி அனேக

மதில்கள் இருப்பதைப் பார்த்தோம். குடும்பம் என்ற வட்டத்திற்குள் இருக்கும் மனிதன் ரத்தப் பாசத்தால் சில தருமங்களுக்கு உட்பட்டு நிற்கிறான். சமூகம் என்ற வட்டத்தில், தோழமை, கடமை, நன்றி இவைகளால் சில தளைகளை ஏற்படுத்திக்கொள்கிறான். இப்படியே அரசாங்கம். இவைகளையெல்லாம் மீறி மனிதனுக்கு இன்றியமையாத பொது நெறிகள். பொது தர்மமாக உள்ள ஒன்று சட்ட விரோதமாக ஆகலாம் அல்லது ரத்த பாசத்தால் பொது தர்மத்தோடு மோதவேண்டி வரலாம். இந்த தரும சங்கடங்களில் மனிதன் செய்யவேண்டியது என்ன? எந்த தருமம் பெரியது? எது சிறியது? எது முக்கியத்வம் வாய்ந்தது, என்பதைச் சீர்தூக்கிப் பார்க்கும்பொழுது, மனிதனுக்கு ஏற்பட்ட பொது தர்மங்கள்தான் (அறத்தோடும் ஆன்மிகத்தோடும் இணைந்த தர்மங்கள்) முக்கியமானவை என்பது தெரியும். சமூகம், அரசியல், குடும்பம், இவைகள் அதற்குக் கீழ்ப்பட்டவைதான்.

மனிதனுடைய பொது தர்மத்திற்கும் ராஜ தர்மத்திற்கும் (அரசியல் சட்டங்கள்) எப்படி விரோதம் ஏற்படலாம் என்பதற்கு மகான் டால்ஸ்டாய் ஒரு கதை சொல்லுகிறார். “நான் கிரெம்லின் வாசல் பக்கம் போய்க்கொண்டிருந்தேன், உடல் முழுவதையும் ஒரு கந்தையால் மூடிக்கொண்டு ஒரு முடவப் பிச்சைக்காரன் உட்கார்ந்துகொண்டிருந்தான். அவனுக்குப் பிச்சைபோடப் பையை எடுத்தேன். ராணுவ உடை தரித்த வாலிபன் ஒருவன் வேகமாக வந்துகொண்டிருந்தான். சிப்பாயைக் கண்டு பயந்த பிச்சைக்காரன் தோட்டத்தின் பக்கம் நொண்டிக்கொண்டே ஓட ஆரம்பித்தான். அந்தப் பிச்சைக்காரனைப் பிடித்து வைத்துக்கொண்டு வாசற்பக்கம் பிச்சைக்காரர்கள் வரக்கூடாது என்ற உத்தரவை மீறியதற்காக அவனைக் கண்டபடி திட்டிக்கொண்டிருந்தான். நான் அந்தச் சிப்பாய் வரும் வரையில் காத்திருந்தேன். அவன் வந்தவுடன் அந்தச் சிப்பாயைக் கேட்டேன்.

“உனக்கு வாசிக்கத் தெரியுமா?”

“ஆம். அதற்கென்ன?”

“பைபிள் வாசித்திருக்கிறாயா?”

‘நான் பசியுற்றிருந்தேன். எனக்கு ஆகாரம் நீ கொடுக்கவில்லை’ என்ற பகுதியைப் படித்திருக்கிறாயா என்று அதை முழுதும் ஒப்புவித்தேன். அது அவனுக்கும் தெரியும். இருந்தாலும்

கேட்டுக்கொண்டுதானிருந்தான். அவனுக்கு மிகவும் சங்கடமாயிருந்தது. இரண்டு மனிதர்கள் வேறு கேட்பதில் கலந்துகொண்டார்கள். சிப்பாய்க்கு மனம் குமுறியது. நான் பிச்சைக்காரனைத் துரத்தும் பணியைச் சரிவரச் செய்கிறேன். இது சரியில்லை என்று சொல்லி இவர் யாரோ உபதேசம் செய்ய வந்துவிட்டாரேயென்று யோசித்துக்கொண்டிருந்தான். பதில் சொல்லத் திணறிக்கொண்டிருந்தான். பளிச்சென்று அவனுக்கு ஒரு யோசனை தோன்றியது. என் பக்கம் நெருங்கி வந்து என் முகத்தைப் பார்த்துக் கேட்டான்.

"நீங்கள் ராணுவச் சட்டத்தைப் படித்திருக்கிறீர்களா" என்றான்.

"நான் படித்ததில்லை" என்று சொன்னேன்.

"அப்பொழுது வாயை மூடுங்கள்" என்று சொல்லிவிட்டுச் சட்டையைச் சரிசெய்துகொண்டு கம்பீரமாக நடையைக் கட்டினான் அந்தச் சிப்பாய். 'இந்த ஒரு மனிதன்தான் கிறிஸ்து தர்மத்திற்கும் ராஜதர்மத்திற்கும் உள்ள பிரச்னையை, வெகு சுலபமாகத் தீர்த்துவிட்டான்' என்று கதையை முடிக்கிறார் ஞானி டால்ஸ்டாய்.

கிறிஸ்து தர்மம் பொது தர்மம். எளியவர்களிடம் அன்பு காட்ட வேண்டுமென்பது பழமையான தர்மம். மாறாத தருமம். ஆனால், அதைச் சட்டவிரோதமாகச் செய்கிறது ராஜ தர்மம். இந்த ராஜ தர்மங்கள் மாறுபவை. மாறிக்கொண்டேயிருப்பவை. இன்று ஒரு சட்டம் செய்வோம். நாளை அதற்குத் திருத்தப் பிரேரணை கொண்டுவருவோம். இப்படியே மாறிக்கொண்டு போவது அரசியல் நீதிகளும் சட்டங்களும். சமூகம் மாறிக்கொண்டே போவதால் இந்த மாறுதல்கள் அவசியமாகவும் இருக்கலாம். ஆனால் பொது தர்மங்கள் என்றும் மாறாமலிருப்பவை. பிஷப் பட்லர் என்ற அறிஞர் சொல்லுகிறார். "அறநெறி அன்றும் இன்றும் மாறாத நியதி. அதை நாம் பின்பற்றுவதாக பாவனை செய்கிறோம். மனிதனுடைய சட்ட திட்டங்கள் இதை அனுசரித்தே ஆக்கப்படுவதாக அரசாங்கங்கள் சொல்கின்றன." ஆனால், சில சந்தர்ப்பங்களில் மேற்சொன்ன உதாரணப்படி முரண்பாடுகள் ஏற்படுகின்றன. அந்தச் சந்தர்ப்பங்களில் அரசியல் அநீதிகளை மாற்ற தங்கள் உயிரையே கொடுத்திருக்கிறார்கள் அனேக தியாகிகள்.

தரும சங்கடங்கள் எத்தனையோ விபரீதமான குழப்பங்களை ஏற்படுத்தி மனத்தைத் திண்டாட வைப்பதை நாம் தினசரி வாழ்க்கையிலே காணலாம். தருமத்தின் வழி போன லட்சியவாதிகளுக்கு ஏற்படும் சங்கடங்கள் சொல்லத் தரமன்று. ஒரு உதாரணத்தைப் பார்ப்போம்.

தாடகை வருவதைப் பார்த்த விசுவாமித்திரன், ராமனைப் பார்த்து, அவளைக் கொல்லும்படி தூண்டுகிறான். தருமத்தின் ரகஸ்யங்களை அறிந்த ராமன் சிறிது யோசிக்கிறான். 'இவள் பெண்ணாயிற்றே பெண்ணைக் கொல்வது நியாயமா' என்று சங்கடப்படுகிறான். அதை அறிந்த விசுவாமித்திரன், "அவள் மாதல்ல தீது" என்று சொல்லுகிறான்.

> தீது என்றுள்ளவை யாவும் செய்து எமைக்
> கோது என்று உண்டிலள் இத்தனையே குறை
> யாது என்று எண்ணுவது! இக்கொடியாளையும்
> மாது என்று எண்ணுவதோ! மணிப்பூணினாய்!

தீமை செய்வதில் பாக்கி ஒன்றையும் வைக்காத இவளையா மாது என்று எண்ணுகிறாய். தீமைக்கு ஆண்பால் பெண்பால் என்ற வேற்றுமை கிடையாதப்பா. ராமா! தீமைக்கு ஒரு பால்தான் உண்டு. அது தீமையேதான் என்று விளக்கம் சொல்கிறான் விசுவாமித்திர முனிவன். இத்தகைய குழப்பம் அர்ச்சுனனுக்கும் வந்துவிட்டது. "இவர்கள் எல்லோரும் எனக்குப் பந்துக்களாயும் பிதாமகர்களாயும் குருவாயுமிருக்கிறார்கள். அவர்கள் இந்த உபயோகமற்ற நிலத்தை எடுத்துக்கொண்டுதான் போகட்டுமே. அதற்காக இவர்கள் எல்லோரையும் கொன்றுவிட்டுத்தான் நாங்கள் இந்த ராஜ்யத்தை அடையவேண்டுமா? வேண்டவே வேண்டாம்" என்று வருத்தப்படுகிறான்.

அர்ச்சுனனுக்குப் பற்றில்லாத விரக்தி ஏற்பட்டுவிடவில்லை. கேவலம் ரத்தப் பாசத்தால் ஏற்பட்ட மயக்கத்தால் சொன்ன மனம் கசப்படைந்த வார்த்தைகளே அவை. இதை விளக்க வினோபாஜி கீதைப் பேருரையில் அழகான கதை ஒன்று சொல்கிறார்:-

ஒரு நீதிபதி இருந்தார். அவர் நூற்றுக்கணக்கான குற்றவாளிகளுக்கு மரண தண்டனை விதித்தவர். ஆனால், அவரது மகனே, கொலைக் குற்றத்திற்காக அவர் எதிர்கொணர்ந்து நிறுத்தப்பட்டான். அவன்

கொலை செய்தது நிஜமாகிவிடவே, தம் மகனுக்கே தூக்குத் தண்டனை விதிக்கவேண்டிய சந்தர்ப்பம் அவருக்கு ஏற்பட்டது. அப்பொழுது அவர் முன்னும் பின்னும் பார்த்தார். "தூக்குத் தண்டனையென்பது மனிதத்தன்மையில்லாதது. இத்தகைய தண்டனை அளித்தல் மனிதனுக்கு அழகல்ல. இதனால் குற்றவாளியைத் திருத்தலாம் என்பதற்கே இடமில்லாமற் போகிறது. கொலை செய்தவன் உணர்ச்சிவசப்பட்டு ஆத்திரத்திலோ ஆவேசத்திலோ கொலை செய்துவிட்டான். ஆனால் கொலை செய்யத் தூண்டிய பூதம் அவன் தலையினின்று இறங்கிய பின் அவனைக் கடின சித்தத்துடன் தூக்கு மேடையிலேற்றிக் கொல்லுதல் சமூகத்தின் மனிதத்தன்மையை அவமானத்திற்குள்ளாக்கிக் களங்கப்படுத்துவதாகும்" என்று அவர் தம் அறிவின் வளத்தை வாதங்களில் விளம்பலானார். ஆனால் தம் பிள்ளையிடம் கொண்ட பாசத்தினால், இவ்வாறு பேசினாரே தவிர, அவர் பேச்சு உள்ளத்திலிருந்து வந்ததல்ல. பிள்ளைப் பாசத்திலிருந்து பிறந்ததே. 'இவன் என் பிள்ளை' என்ற உடமை உணர்ச்சியிலிருந்து இவ்வாதங்களெல்லாம் எழுந்தன.

அர்ச்சுனன் போக்கும் இத்தகையதே என்கிறார் வினோபாஜி.

வாழ்க்கையின் சோதனைகளில் வெற்றி பெறுவதற்கு எவ்வளவோ கட்டுக்களை மீறவேண்டியிருக்கிறது. அறவழியில் நிற்பவன் ரத்தப் பாசத்தை மீறி நிற்கிறான். ஆண், பெண் என்ற வேற்றுமைகளை மீறி நிற்கிறான். சமூகம் என்ற குறுக்குச்சுவரை உடைத்து நிற்கிறான். அரசாங்கம் என்ற வரம்பைத் தாண்டி நிற்கிறான். ஏனென்றால், இவைகள் யாவும் மனிதனாகப் பிரித்து வைத்துக்கொண்ட ஏற்பாடுகள். இவைகள் எல்லாவற்றையும் மீறிய சக்தி, மனிதனை இயக்கிவைக்கும் சக்தி, ஜீவராசிகளை இயக்கும் சக்தி, என்றும் மாறாத சக்தி, மனிதன் இதயத்திற்கு உள்ளேயும் வெளியேயும் இயங்கிக்கொண்டு உலகத்தை நடைபெறச் செய்யும் சக்திதான், மனிதனுக்கு நல்லதையும் கெட்டதையும் பகுத்துக் காட்டுகிறது.

மெய்யும் பொய்யும்

மனிதன் அறவழியே போகவேண்டியது வாஸ்தவம்தான். அவன் பலதரப்பட்ட தருமங்களையும் பின்பற்ற வேண்டியிருக்கிறதென்பதும் உண்மைதான். இருந்தாலும் பொது தர்மங்கள்தான் மற்றவைகளுக்கு அடித்தளத்தில் இருக்கின்றன என்பதையும் ஒத்துக்கொள்ள வேண்டியதுதான். ஆனாலும், இந்தப் பொது தர்மங்களுக்குள்ளே ஏற்றத்தாழ்வு உண்டா? அவைகளுக்குள்ளே இதுதான் தலைசிறந்தது, அது அடுத்தபடியானது, இதுதான் கடைசியாக இருப்பது என்று வரிசைப்படுத்திச் சொல்ல இயலுமா? 'சத்யாக்நாஸ்தி பரோ தர்ம:' சத்தியத்தைவிடச் சிறந்த தருமம் ஒன்றுமில்லை என்றார்கள். 'அஹிம்சா பரமோ தர்ம:' அஹிம்சையே, சாலச் சிறந்த தர்மம் என்றும் சொன்னார்கள். 'அன்பே சிவம்' என்று சொன்னார்கள். இவைகள் ஒன்றுக்கொன்று முரண்பாடாக இருக்கவில்லையா? இவைகளில் எது உயர்ந்தது? ஒன்றுதானே உயர்வாக இருக்க முடியும். சத்யம் பெரிதா, அன்பு பெரிதா, அஹிம்சை பெரிதா என்பதை ஆராயப் புகுந்தோமானால் மேலெழுந்த வாரியாகப் பார்க்கும் பொழுது ஏற்பட்ட முரண்பாடு மறைய ஆரம்பிக்கும். ஒன்றுக்கொன்று அவைகள் மாறுபட்டு நிற்கவில்லை. அவைகள் ஒன்றோடு ஒன்று இணைந்தே நிற்கின்றன. ஒன்றேதான் வெவ்வேறாகத் தோன்றுவதுகூடப் புலனாகும்.

'பசுவைக் கொன்று செருப்பு தானம் செய்தானாம்' என்ற பழமொழி உண்டு. செருப்பு தானம் செய்வது நல்ல காரியம்தான். ஆனால் பசுவைக் கொன்றுதானா அந்த தானத்தைச் செய்யவேண்டும்?

கெட்ட காரியத்தின் அடிப்படையில் பிறக்கும் எந்தக் காரியம் நல்ல காரியம் ஆகும்? அது கெட்ட காரியமாகத்தான் ஆகும். அது போலவே அஹிம்சையைப் பின்பற்றுவதாகச் சொல்லிக்கொண்டு, பொய் பித்தலாட்டங்களை ஒருவன் செய்துகொண்டிருக்க முடியுமா? அன்புப் பணியாற்றுபவன் கொடுந்தொழிலையும் செய்துகொண்டிருப்பது நடக்கமுடியாத காரியம்.

சத்யம் என்பது பெரிய தர்மம்தான். ஆனால், சத்தியம் என்பதுதான் என்ன? 'சத்தியமேவ ஜயதே' என்று நமது அரசாங்கமே தன் குறிக்கோளையும் பறைசாற்றுகிறது. அது எத்தன்மையது? ஜெஸ்டிங் பைலேட் *(Jesting Pilate)* என்பவன் கேட்டானாம், சத்யம் என்பது என்ன என்று. ஆனால் பதில் கிடைக்கும் வரையில் காத்திருக்கவில்லை. கவி கீட்ஸ் சொன்னான்:

'சத்தியமே செளந்தர்யம்
செளந்தர்யமே சத்தியம்'

ஏசு கிறிஸ்து சொன்னார்:

'நீ சத்தியத்தை அறிந்துகொள். அப்பொழுதே உனக்கு விடுதலை.'

காந்தியடிகள் சொன்னார்கள்: 'கடவுள்தான் சத்தியம்.' அதைப்பற்றி மகாத்மாஜி கூறும் விளக்கமாவது: 'சத்தியத்தைத் தவிர வேறு ஒன்றுமே இல்லை. அதனாலேயே, பரம்பொருளையே 'சத்' என்ற அடைமொழியைக் கொண்டு விவரிக்கிறோம். சொல்லப்போனால், 'கடவுள்தான் சத்யம்' என்பதைக் காட்டிலும், 'சத்யம்தான் கடவுள்' என்பது இன்னும் உண்மையானது. வழக்கத்தில் நமக்குத் தலைவனும் அரசனும் தேவையாயிருப்பதால், 'ராஜாதிராஜன்', 'சர்வ வல்லமையுள்ளவன்' என்ற சொற்களையும் கடவுளைக் குறித்து உபயோகிக்கிறோம். சிந்தித்துப் பார்ப்போமானால், பரம்பொருளுக்கு 'சத்' அல்லது 'சத்யம்'தான் பொருத்தமான பெயர் என்பதைக் காண்போம்.

எங்கெலாம் சத்தியம் இருக்கிறதோ, அங்கே உண்மையான ஞானத்தையும் காணலாம். எங்கு சத்தியம் இல்லையோ அங்கு ஞானத்தைக் காண முடியாது. அதனாலேதான் 'சித்' என்னும் அறிவு கடவுளின் பெயரோடு பிணைக்கப்பட்டிருக்கிறது. எங்கு உண்மையான அறிவு இருக்கிறதோ, அங்கு ஆனந்தம் இருக்கிறது. சத்யம் எப்படி அழிவற்றதோ, அப்படியே ஆனந்தமும் அழிவற்றது.

சத்தியத்தைக் கைப்பிடிப்பதே நம் வாழ்க்கையின் முக்கியமான பயன். நம் செயல்களெல்லாம் அதற்குள்ளடங்கியே இருத்தல் வேண்டும். சத்யமே நம் மூச்சாயிருத்தல் வேண்டும். இதை நாம் கைப்பிடித்துவிட்டால், நல்வாழ்விற்கு வேண்டிய மற்றவைகள் தானாகவே நம்மிடம் வந்து சேரும். சத்தியத்தைக் கடைப்பிடிக்காமல் மற்ற தருமங்களைப் பின்பற்றுவதென்பது இயலாத காரியம்.

சத்தியம் என்று சொல்லும் நாம் வார்த்தையைக் காப்பாற்றுவதென்றுதான் எண்ணுகிறோம். ஆனால், சத்தியம் என்பதற்குப் பொருள் இன்னும் விரிவானது. நம் எண்ணம், சொல், செயல் (மூன்றிலும் சேர்ந்து) சத்தியம் நிலைத்து நிற்கவேண்டும். இதை ஒருவன் அறிந்துவிட்டானேயானால், வேறு அறியத் தேவையில்லை. ஏனென்றால், மற்ற அறிவு அதற்குள் அடங்கியே இருக்கிறது. இதற்குப் புறம்பானதில் சத்தியம் இல்லை. ஆகவே, அறிவுமில்லை. சத்தியம் என்ற உரைகல்லை வைத்துப் பார்ப்போமேயானால், நாம் எதைப் பார்க்க வேண்டும், எதைப் படிக்கவேண்டும், எதைச் செய்யவேண்டும் என்பதைத் தெளிவாக அறிந்துகொள்ளலாம்.

நாம் நினைப்பது, சொல்வது, செய்வது மூன்றும் ஒன்றாயிருப்பதே சத்தியத்தின் அடிப்படை. 'உள் ஒன்று வைத்துப் புறமொன்று பேசுவார் உறவு கலவாமை வேண்டும்' என்று அழுத்தமாக அடிகளார் வேண்டிக்கொள்வதற்குக் காரணம், சத்தியத்திலிருந்து தவறிப் போகும் மக்கள் சகவாசமே நல்வாழ்விற்குக் கேடு செய்யும் என்றுதான் அதை அப்படிச் சொல்கிறார். சொல்லுக்கும் செயலுக்கும், நினைவிற்கும் செயலுக்கும் ஏன் பிளவு ஏற்படுகிறது? பார்க்கப்போனால், இந்த முரண்பாடுகளை எவர்களிடம் அதிகமாகக் காண்கிறோமோ அவர்கள் வாழ்க்கையிலே வெற்றி பெற்றும், சொல், செயல், எண்ணம் எல்லாம் ஒன்றாக இயங்குபவர்கள் உலக இயல்பின்படி தோல்வியுற்றுமிருப்பதை நாம் அன்றாட வாழ்விலே காண்கிறோம். எது சொல்லுக்கும் செயலுக்கும், எண்ணத்திற்கும் செயலுக்கும் குறுக்கே நின்று அவைகள் ஒன்றாகாமல் தடுக்கிறது? அது மனிதனிடமிருக்கும் சுயநல எண்ணமே.

நண்பன் வந்து பத்து ரூபாய் கடன் கேட்கிறான். நண்பனுடைய வறிய நிலை நமக்கு நன்கு தெரியும். அவனுடைய அவசரத்

தேவையும் நமக்கு நன்கு தெரிகிறது. பாவம், ஒத்தாசை செய்யலாமோ என்று ஒரு எண்ணம்கூட மனதில் உண்டாகிறது. ஆனால், நண்பனால், இந்தப் பத்து ரூபாயைத் திருப்பிக் கொடுக்க முடியாதே என்று நினைக்கும் பொழுது நம் மனத்தில் ஓர் அச்சம் ஏற்படுகிறது. பத்து ரூபாயின் மேலுள்ள பாசம் அந்தப் பத்து ரூபாயை நண்பனிடமிருந்து தப்புவிக்க வேண்டுமேயென்று நம்மைப் பொய் சொல்லத் தூண்டுகிறது. "அடடா, நீ கடன் கேட்கிறவனேயில்லை. நீயே வந்து கேட்கும்பொழுது பகவான் சோதனையைப் பாரு! நேற்றுதான் இருக்கிற பணத்தையெல்லாம் சேர்த்து, இன்ஷூரன்ஸ் கட்டிவிட்டு வந்தேன். கையில் தம்பிடி இல்லை. ஒரு சமயாசமயத்திற்குக்கூட நான் உனக்கு உபயோகமில்லாமல் போய்விட்டேன் பாரு" என்று நம்மையே நாம் நொந்துகொள்கிறோம். இவ்வளவு இனிப்பாக நம்மைப் பொய் சொல்லத் தூண்டுவது அந்த மகத்தான பத்து ரூபாய்தான். நம் சுயநல உணர்ச்சிதான் அந்தப் பத்து ரூபாயுடன் அப்படி ஒட்டிக்கொண்டுவிடுகிறது. மனிதத் தன்மைகளையே நம்மிடமிருந்து பிரித்துவிடுகிறது.

இப்படிச் சின்னஞ்சிறு விஷயங்களுக்கு, நாம் பேசாமல் சத்தியத்தைக் கைநழுவவிடத் தயாராயிருக்கையில், அரிச்சந்திரன் என்ற சக்கரவர்த்தி, தான் சொன்ன ஒரு வார்த்தையைக் காப்பாற்றிக்கொள்வதற்கு அரசைத் துறந்து, அநேக கஷ்டங்களை அடைந்து, மனைவி மக்களை இழந்து, நினைக்கக்கூட முடியாத அநேக கஷ்டங்களையும் அடைந்து, சுடுகாட்டுக்கும் காவலனாக வந்து, மனைவியையே கொல்லும் ஒரு நிலைமையை அடைந்தும், சத்தியத்தைக் கைவிடமாட்டேன் என்று உறுதியாக நின்றான் என்பதைக் கேட்கும் பொழுது, அந்த மகாவீரனின் தியாகம் நம்மை பிரமிக்க வைக்கிறது. அரிச்சந்திரன் சரித்திரம், மனித வாழ்விற்கே ஓர் ஒளிவிளக்காகப் பிரகாசித்துக்கொண்டிருப்பது. எது வரினும் சரி, எது போயினும் சரி, சத்தியத்தைக் கைவிடேன் என்று அரிச்சந்திரனைப் போலச் சொல்லுவதற்கு மனத்தில் உரம் பாய வேண்டும். சத்தியத்தைக் காப்பாற்றிக்கொள்வதிலே எத்தனையோ சங்கடங்கள் வருகின்றன என்பதை யாவரும் அறிவார்கள். ஆனால், பல இக்கட்டான தருமசங்கடங்களும் வந்து சேருகின்றன. இந்தத் தருமசங்கடங்கள் மனத்தைக் குழம்பச் செய்கின்றன.

சத்தியம் என்பதைக் கடைப்பிடிக்க வேண்டுமென்பதைப் பற்றியும் அதுவே மகத்தான தர்மம் என்பதைப் பற்றியும் நமக்கு சந்தேகம் ஏற்படாது. சத்தியத்தைக் கடைப்பிடிக்கும் பொழுது, நம் சம்பந்தப்பட்ட வகையில் தருமத்தைத்தான் கடைப்பிடிக்கிறோம். ஆனால், அந்த சத்தியத்தினால், நன்மை விளைவதற்குப் பதில் தீமை ஏற்பட்டால், அப்படிப்பட்ட சத்தியத்தைக் கடைப்பிடிப்பது சரியாகுமா? அது ஒரு குழப்பமான பிரச்னைதான். சத்தியத்தைக் கடைப்பிடிப்பதில் கெடுதல் எப்படி வரும் என்று கோபத்தோடு கேட்கும் தருமசீலர்களும் இருக்கலாம். ஆங்கில மகாகவி பிளேக் இதற்கு பதில் சொன்னார்: 'கெட்ட எண்ணத்தோடு சொல்லப்படும் உண்மையானது பொய்யைவிட இன்னும் மோசமானது.'

A Truth that is told with bad intent
Beats all the lies you can invent

(Blake - Auguries of Innocence)

சத்தியம் எப்படி அதர்மமாகக்கூடும். சில உதாரணங்களைப் பார்க்கலாம்.

தற்காலத்து இலக்கிய கர்த்தாக்களில் சிறந்து விளங்கும் இத்தாலிய தேசத்து ஆசிரியர், இக்னேஷியோ ஸிலோனி *(Ignatio Silone)* தன் சிறு வயதில் ஏற்பட்ட சம்பவத்தை தோல்வியுற்ற கடவுள் *(The God that Falled)* என்ற புஸ்தகத்தில் ரசமாகச் சொல்லுகிறார்.

"சமய நூல் வகுப்பில், மதகுரு எங்களைக் கேள்வி கேட்டுக்கொண்டிருந்தார். நாங்கள் முந்திய நாள் அந்த மதகுருவுடன் பார்த்துவிட்டு வந்த பொம்மலாட்டத்தைப் பற்றி விவாதம் இறங்கியது. ஒரு சிறுவனைப் பூதம் ஒன்று துரத்துவதாகப் பொம்மலாட்டத்தில் காட்சி அமைந்திருந்தது. சிறுவன் பூதத்திற்கு பயந்து நடுநடுங்கியபடி ஓடிவந்து மேடையிலிருந்த படுக்கைக்குள்ளே புகுந்து மறைந்துகொள்கிறான். சில விநாடிகள் கழித்து, பூதம் ஓடி வருகிறது. அங்கும் இங்கும் பார்த்தும் சிறுவன் தட்டுப்படவில்லை. 'நரவாசனையடிக்கிறதே, அவன் இங்குதானிருக்கிறான். எதற்கும் இந்த மகா ஜனங்களைக் கேட்போம்' என்று சொல்லிக்கொண்டு எங்கள் பக்கம் பார்த்து, 'குழந்தைகளே. நான் தேடும் அந்தத் துஷ்டப்பயலை நீங்கள் எங்காவது பார்த்தீர்களா?' என்று கேட்டது. 'நாங்கள் எல்லோரும் ஒரே மனதாக இல்லை இல்லவேயில்லை'

என்று கூச்சலிட்டோம். 'அவன் எங்கே போனான் என்று கண்டுபிடிக்க முடியவில்லையே' என்றது பூதம். 'அவன் போய்விட்டான். லிஸ்பனுக்கே போய்விட்டான்' என்று கதறினோம் (எங்கள் பகுதியிலிருப்பவர்களுக்கு லிஸ்பன்தான் உலகத்தின் கடைசி) நாங்கள் பொம்மலாட்டம் பார்க்கச் சென்ற பொழுது ஒரு பூதம் எங்களைக் கேள்வி கேட்டு வம்புக்கிழுக்கும் என்று முன்கூட்டி நினைக்கவில்லை. ஆகவே நாங்கள் சொன்ன பதில், எதிர்பாராதபடி உணர்ச்சிவசப்பட்டுச் சொன்னதுதான். உலகத்தில் வேறு எந்தப் பாகத்திலும்கூட குழந்தைகள் இப்படித்தான் சொல்லியிருக்கும் என்று நினைக்கிறேன். ஆனாலும், அறிவிலும் சமயப் பற்றிலும் முதிர்ந்த மதகுரு, நாங்கள் சொன்ன பதிலைக் கேட்டு மிகவும் அதிருப்தியடைந்திருந்தார். நாங்கள் பொய் சொல்லிவிட்டோமே என்று துயரத்துடன் எங்களைக் கண்டித்தார். ஒரு நல்ல காரியத்திற்குத்தான் பொய் சொன்னோம் என்றாலும் பொய் பொய்தானே. பொய் சொல்லவே கூடாதல்லவா? 'பூதத்திடம்கூட பொய் சொல்லக் கூடாதா?' என்று நாங்கள் கேட்டோம். 'பொய் சொல்வது பாவம்' என்றார் மதகுரு.

'போலீஸ் அதிகாரியிடம் கூடவா?' என்றான் ஒரு பையன். 'நான் உங்களுக்குக் கிறிஸ்து தர்மத்தைப் போதிக்க வந்துள்ளேன். அதிகப்பிரசங்கத்திற்காக வரவில்லை. சமயக் கோட்பாடுகளுக்குப் புறம்பாக நடப்பது பற்றி எனக்கு அக்கறையில்லை' என்ற பிறகு மெய்யும் பொய்யும் என்பது பற்றி மிகவும் ஆழ்ந்த கருத்துக்களை எங்களுக்குச் சொன்னார். ஆனால் பொதுப்படையான கொள்கைகளைப்பற்றி எங்களுக்கு அக்கறையில்லை. சிறுவன் ஒளிந்துகொண்டிருக்கும் இடத்தை பூதத்திற்குக் காட்டிக் கொடுப்பதா இல்லையா என்பது ஒன்றுதான் எங்கள் பிரச்னை. மதகுரு சொன்னார்: 'அதைப்பற்றி அக்கறையில்லை. பொய் பொய்தான். பெரிய பொய் சின்னப் பொய், நடுத்தரப் பொய், நல்ல பொய், சாதாரணப் பொய் அது எதுவானாலும் பொய் பொய்யேதான்' என்று அழுத்தமாகச் சொன்னார். 'உண்மையைத்தான் பாதுகாக்க வேண்டும்' என்றார்.

'வாஸ்தவம்தான். உண்மை என்னவென்றால் ஒரு பக்கம் சிறுவன். மற்றொரு பக்கம் பூதம். சிறுவனுக்கு உதவி செய்தேயாக வேண்டும். அதுதான் உண்மை' என்று சொன்னோம். 'நீங்கள் பொய் சொல்லிவிட்டீர்களே. நல்ல காரியத்திற்குத்தான். இருந்தாலும்

பொய்தானே' என்றார். இதை முடிவு செய்யும் முறையில் துடுக்காக நான் கேட்டேன்: 'சிறுவன் இடத்தில் மதகுரு இருந்தால் என்ன செய்திருக்க வேண்டும்' என்றேன். அவர் முகம் வெட்கத்தால் சிவந்தது. பாடம் முடியும் வரையில் என்னை நிற்க வைத்தார். பாடம் முடிந்ததும், 'நீ வருந்துகிறாயா?' என்று கேட்டார். 'ஆம், உங்கள் விலாசத்தை அந்தப் பூதம் கேட்டிருந்தால் நான் கொடுக்கத் தவறமாட்டேன்' என்றேன்."

இதற்கு நகல் எடுத்தாற்போல் மகாபாரதத்திலும் ஒரு ரசமான கதை வருகிறது. கருத்தொற்றுமைக்காகவேனும் அதை இங்கு சொல்வது அவசியமாகிறது.

வேத சாஸ்திரங்களை நன்கு கற்றிருந்த கௌசிகன் என்ற பிராமணன், 'சத்யம் வத' என்ற வாக்கியத்தை நன்கு கடைப்பிடித்து வந்தான். அவன் ஜனங்களிடம் மிகுந்த மதிப்பைப் பெற்றிருந்தான். உண்மையைத் தவிர பொய் சிறிதும் பேசமாட்டான் என்று பிரசித்தி பெற்றிருந்தான். ஒருநாள், சில வழிப்போக்கர்கள் திருடர்களால் துரத்தப்பட்டு, கௌசிகன் இருக்கும் பக்கமாக வந்து ஒரு மறைவான இடத்தில் ஒளிந்துகொண்டார்கள். கௌசிகன் அதைப் பார்த்துக்கொண்டிருந்தான். திருடர்கள் சத்யவந்தனான கௌசிகனிடம் வந்து, 'சுவாமி, தாங்கள் எப்பொழுதும் உண்மையையே உரைப்பவர்கள். இந்த வழிப்போக்கர்கள் எங்கே ஒளிந்துகொண்டிருக்கிறார்கள்? உண்மையைச் சொல்லுங்கள்' என்றார்கள். மெய் தவிர வேறொன்றும் பேசாத கௌசிகன் அவர்கள் ஒளிந்திருக்கும் இடத்தைக் காட்டிக்கொடுத்துவிட்டான். திருடர்கள் அந்த ஜனங்களை வெட்டிக் கொன்று, ஆபரணங்களைப் பிடுங்கிக்கொண்டதால், அந்தப் பாவம் கௌசிகனை வந்து சேர்ந்தது என்று சொல்கிறது பாரதக்கதை.

சத்தியம் காப்பாற்றப்பட வேண்டியதுதான். 'நான் சொல்லமாட்டேன்' என்று உயிரை விட்டு சத்தியத்தைக் காப்பாற்றலாம். ஆனால், சத்தியத்தைக் காப்பாற்றி பிறருக்கு தீமையை உண்டுபண்ணக் கூடாது என்கிற தத்துவத்தைத்தான் மேற்கண்ட கதைகள் இரண்டும் அறிவுறுத்துகின்றன.

இப்படிப்பட்ட பல தரும சங்கடங்களில் மனிதன் எப்படி நடந்துகொள்ள வேண்டும் என்பதற்கு வழிகாட்டும் முதல் நூலான ராமாயணத்தில் வரும் சந்தர்ப்பத்தையும்

இங்கு நினைவுபடுத்திக்கொள்ளலாம். மேலே குறிப்பிட்ட நிலைகளையொத்த ஒரு சங்கடம் சீதைக்கு ஏற்படுகிறது. அப்பொழுது சீதாப்பிராட்டி என்ன செய்திருக்கிறாள் என்பதையும் பார்க்கலாம்.

“ஹனுமான்[2] சீதையுடன் பேசியதையும், அவன் இப்பொழுது பயங்கரமான உருவத்தை எடுத்துக்கொண்டிருப்பதையும் கண்ட ராக்ஷஸிகள், சீதையைப் பார்த்து ‘இவன் யார்? யாரைச் சேர்ந்தவன்? எங்கிருந்து எதற்காக வந்தான்? உன்னுடன் அவன் எப்படிப் பேசலாயிற்று? உன்னிடத்தில் என்ன சொன்னான்? பயப்படாமல் சொல்’லென்று கேட்கிறார்கள். ஸகல உத்தமலக்ஷணங்களும் பொருந்திய தேகத்தையுடைய அந்த பதிவ்ருதை, ‘பயங்கரமான ரூபமெடுக்கக்கூடிய ராக்ஷஸிகளின் தந்திரங்கள் என்னால் அறியமுடியுமோ? இவன் யாரோ? என்ன செய்வானோ? உங்களுக்கே நன்றாய்த் தெரியும். பாம்பின் கால் பாம்பிற்கல்லவா தெரியும். இதிலென்ன சந்தேகம்? உங்களைப் போலவே இவனைக் கண்டு பயந்துகொண்டிருக்கிறேன். இவனைப்பற்றி ஒன்றும் தெரியாது. நினைத்த ரூபமெடுக்கக்கூடிய ராக்ஷஸன் என்றே நினைக்கிறேன்’ என்றாள். (விவாக காலத்திலும், ரதி ஸமயத்திலும், பிராணனுக்கு ஆபத்து நேரும் பொழுதும் சிநேகிதனுக்காகவும், தன் தனம் முழுவதும் நஷ்டமாகும் பொழுதும், பொய் சொல்லுதல் பாதகமாகாதென்றபடி சீதை தன் பிராணனுக்கும் சினேகிதனுக்கும் ஆபத்து நேராதபடி, அவ்விதம் சொல்லித் தப்பித்துக்கொண்டிருக்கலாம். - ஸி. ஆர். எஸ். குறிப்பு)”

ஆபத்துக் காலங்களில், பொய் சொல்லலாம். அது ஆபத்தருமம் என்று பொய் சொல்வதற்கு நல்ல அஸ்திவாரத்தை ஏற்படுத்திக் கொள்ளலாம். ஆபத்தில் சொல்லப்படும் பொய்கள் விதிவிலக்கு என்று பெரியவர்கள் சொல்லியிருக்கலாம். ஆனால், தார்மிக முறையின்படி பார்த்தால் அது ஒத்துவராது. இந்த சந்தர்ப்பங்களில் பேச மறுத்தலோ, சொல்ல மறுத்தலோ, பொய் சொல்வதைவிடச் சிறந்ததாக ஆகும். ஆனால், மெய்யும் பொய்யும் தருமம் அதருமம் என்ற நிலையை அடைவது நாம் இருக்கும் நிலையைப் பொறுத்தது அல்ல. நம் நோக்கத்தைப் பொறுத்தது என்றே சொல்லலாம்.

---

2 வால்மீகி இராமாயணம் ஸி. ஆர். ஸ்ரீனிவாசய்யங்கார் மொழிபெயர்ப்பு (குறிப்புடன்)

நாம் செய்யும் காரியங்களில் சுயநல நோக்கு இருக்கிறதா? அந்தக் காரியத்தின் விளைவில் சுயநலம் இருக்கிறதா? சுயநலத்திற்காக ஒருவன் பொய் சொல்கிறான் ஆபத்துக் காலத்திலே என்று வைத்துக்கொண்டாலும், அது பொய்யல்ல என்றோ அல்லது விதிவிலக்கு என்றோ நாம் சமாதானம் சொல்லலாமே தவிர, அதன் தன்மை மாறிவிடாது. இதற்கு எதிரிடையாக சுயநலம் இன்றி ஒருவன் ஒரு காரியம் செய்கிறான். அப்பொழுது அதன் தன்மையே மாறிவிடுகிறது. சந்தர்ப்ப விசேஷத்தால், பொய்யான வார்த்தைகூட எவ்வளவு உயர்ந்த தன்மையை அடைகிறது! மகத்தான காரியங்களுக்குத் தூண்டுகோலாக இருக்கிறது. அமர இலக்கியத்திலிருந்து ஒரு உதாரணம்:

ஒரு பாதிரி. மிகுந்த தெய்வ பக்தியும், நன்னடத்தையும் உடைய மகான். ஓர் இரவு, சிறையிலிருந்து வெளிவந்த ஒரு திருடன், படுக்க இடம் கிடைக்காமல், பாதிரியின் வீட்டிற்கு வருகிறான். கருணையே உருவான பாதிரி தன் வீட்டிலேயே ஒரு நல்ல இடம் செய்துகொடுக்கிறார். அன்று இரவிலே பாதிரியின் வீட்டிலிருந்த வெள்ளி விளக்கைத் திருடிக்கொண்டு போய்விடுகிறான் திருடன். வழியில் போலீஸ்காரர்கள், அவனைக் கண்டு, அவன் கையில் இருக்கும் விளக்குகளைக் கண்டு, அவை யாருடையவை என்பதையும் கண்டுகொண்டு, திருடனைப் பாதிரியிடம் அழைத்து வருகிறார்கள். திருடனைப் பார்த்தார் பாதிரியார். போலீஸ்காரர்களையும் பார்த்தார். அவர் சொன்னார்: "நான் இந்த விளக்குகளை அவனுக்கு இனாமாகக் கொடுத்துவிட்டேன். அவன் இவைகளைத் திருடவில்லை" என்றார். போலீஸ்காரர்கள் போய்விடுகிறார்கள்.

திருடன் மனம் கசிகிறது. உள்ளத்திலுள்ள வேதனையும் கழிவிரக்கமும் கண்ணீராகப் பெருகி, அவன், நெஞ்சிலுள்ள அழுக்கையெல்லாம் அலம்பிவிடுகிறது. கொடுமை கரைந்து கருணை சுரக்கிறது அவன் உள்ளத்திலே. தனக்காக வாழ்ந்த நிலை மாறி, பிறருக்காக வாழும் உயர்ந்த நிலையை அடைகிறான். திருடனாக வந்தவன் தியாகியாக வெளியேறுகிறான். எதனால்? மெய் தவறாத ஒரு உத்தமரின் கருணை பொங்கும் ஒரு பொய்யினால். விக்டர் ஹியோகோவின் 'ஏழை படும் பாடு' நாவலில் வரும் அந்தச் சம்பவம் நெஞ்சை விட்டு அகலாத ஒரு சம்பவம் அல்லவா?

கதையிலும் கற்பனையிலும், நாம் பார்க்கும் இந்தத் தரும சங்கடங்கள், அன்றாட வாழ்க்கையிலே நமக்கு அடிக்கடி ஏற்படத்தான் செய்கின்றன. நான் உயர்தரப் பள்ளியில், மூன்றாவது படிவத்தில் படித்துக்கொண்டிருந்த பொழுது ஏற்பட்ட இந்த சம்பவத்தை என் நினைவு மறக்கவேயில்லை. எங்கள் வகுப்பிலே மற்றவர்களுடன் இரு மாணவர்கள் படித்துக்கொண்டிருந்தார்கள். ஒருவன் பெயர் சீனிவாசன். மற்றவன் பெயர் கணேசன். வகுப்பிலே முதல் பையன் சீனிவாசன். கடைசிப் பையன் கணேசன்.

ஒருநாள் பாடத்தை முடித்துவிட்டு உபாத்தியாயர் ஏதோ கதை பேசிக்கொண்டிருந்தார். பையன்களுடன் சிரித்து விளையாடிக்கொண்டிருந்தார். கணேசனைப் பார்த்துக் கேட்டார், “நம் வகுப்பிலே, புத்திசாலிப் பையன் யார்?” கணேசன் எழுந்திருந்து சிறிதும் தயக்கமின்றி “சீனிவாசன்” என்றான். உபாத்தியாயர் சீனிவாசனைப் பார்த்துக் கேட்டார்: “நம் வகுப்பிலே மிகவும் ‘அசடான’ பையன் யார்?” என்றார். சீனிவாசன் எழுந்து நின்றான். பதில் சொல்லவில்லை. குறும்புச் சிரிப்புடன் மறுபடியும் கேட்டார் உபாத்தியாயர். பையன்கள் நிசப்தத்துடன் அவன் சொல்லப்போகும் பதிலை எதிர்பார்த்து க்கொண்டிருந்தார்கள். உபாத்தியாயர் முகத்தைப் பார்த்தார்கள். கணேசன் முகத்தைப் பார்த்தார்கள். சீனிவாசன் முகத்தைப் பார்த்தார்கள். சீனிவாசன் தலைகுனிந்தபடி சொன்னான்: “இந்த வகுப்பிலே அசடான பையன் நான்தான்” என்றான். கணேசன் முகம் மலர்ந்தது. உபாத்தியாயர் முகம் மலர்ந்தது. பையன்கள் எல்லோருடைய முகமும் மலர்ந்தன. ஏகோபித்த கரகோஷம் அந்தக் கருணை நிரம்பிய பொய்யை வரவேற்றது. பிறருடைய பாவத்திற்காகச் சிலுவையில் அறைந்துகொண்ட மகான்களில் ஏசு கிறிஸ்து தலைசிறந்து விளங்குகிறார். ஆனாலும், அந்தத் தியாக சக்தி அவரோடு மடிந்துவிடவில்லை. அவரைப் போலவே, நேற்றும் இன்றும் நாளையும் அநேக தியாகிகள் பிறருக்காக சிறியதும் பெரியதுமான சிலுவைகளில் தங்களை அர்ப்பணம் செய்துகொண்டேயிருக்கிறார்கள். மூன்றாவது படிவத்தில், அன்று சீனிவாசன் சிலுவையை ஏற்றதுகூட எனக்கு ஏசுவின் தியாகத்தைப் போலவே என் நெஞ்சை விட்டு அகல மறுக்கிறது.

பொதுவாகப் பார்ப்போமானால், சத்தியத்தைக் காப்பாற்றுவதினால், பிறருக்குத் தீமை உண்டாகுமானால், அதைப் புறக்கணிப்பதே

சிறந்தது என்பதை அறிந்தோம். ஆனால், சுயநலத்திற்காக அதைப் புறக்கணிப்பதுதான் அதர்மமாகிறது. தனக்கு ஏற்படும் அவமானத்தையும் பொறுத்துக்கொண்டு, சத்தியத்தைத் தைரியமாகச் சொல்ல வந்த நேர்மையாளனைப்போல் ஒரு திடமான சித்தம் வேண்டும். அந்த உறுதியே அவனை பிரும்ம ஞானியாக்க அவனுக்கு உதவிற்று. அவன் சொன்ன கதை இதுதான்.

சத்யகாமன் ஜாபாலியென்ற மாதின் மகன். அவன் பிரும்ம ஞானத்தை அடைய வேண்டி ஒரு குருவை அடைந்தான். குரு கேட்டார். "உன் குலம் என்ன? கோத்திரம் என்ன? உன் தந்தை யார்?" என்று விசாரித்தார். சத்யகாமன் பதில் சொன்னான். "பிரபுவே, என் தந்தையைப்பற்றித் தாயிடம் கேட்டேன். அவள், சொன்னாள்: நான் பல மனிதர்களுக்குப் பணியாளாக இருந்து சேவை செய்துவந்தேன். அந்தக் காலத்தில் உன்னைக் கருத்தரித்தேன். ஆகையால், உன் தந்தை யார் என்று நிச்சயமாய் சொல்ல முடியவில்லை" இதைச் சொல்லிவிட்டு, சத்யகாமன் மௌனமாக நின்றான், தனக்கு நேரக்கூடிய அவமானத்தையும் கஷ்டத்தையும் சிறிதேனும் பொருட்படுத்தாமல் சத்தியத்தைச் சொல்லக்கூடிய தீரனான சத்யகாமனைப் பார்த்து, "அப்பா. நீதான் பிரும்ம ஞானத்தை அறிவதற்குத் தகுதி வாய்ந்தவன்" என்றார் குரு.

மேலே சொன்ன உதாரணங்களை சீர்தூக்கிப் பார்க்கும் பொழுது, அவைகள் வள்ளுவரின் வாக்குக்கு விளக்கம் செய்வது போலவே இருக்கின்றன. வாய்மையைப்பற்றி வள்ளுவர் வெகு அழகாகச் சொல்லியிருக்கிறார். வாய்மை எனப்படுவது யாது? தீமை இல்லாதவைகளைச் சொல்லுதலே. பிறர்க்கு நன்மை செய்யக்கூடுமானால், பொய்கூட வாய்மைக்கு நிகரானது என்று சொல்கிறார்.\

> வாய்மை எனப்படுவது யாதெனின் யாதொன்றும்
> தீமை இலாத சொலல். *(291)*
>
> பொய்மையும் வாய்மை இடத்த புரைதீர்ந்த
> நன்மை பயக்கும் எனின். *(292)*

வீரன் – தீரன்

உலகப் பிரசித்தி பெற்ற வீரனான, அலெக்ஸாண்டரின் சபையின் முன்னர், விசாரணைக்காக ஒரு கொள்ளைக்காரன் கொண்டுவந்து நிறுத்தப்பட்டான். அலெக்ஸாண்டர் அவனைப் பார்த்துக் கேட்டான்: "நீ அநேகக் கப்பல்களைக் கொள்ளையடித்திருக்கிறாய். ஆயிரக்கணக்கான மக்களைக் கொன்றிருக்கிறாய். லட்சக்கணக்கான பொருள்களைக் கவர்ந்திருக்கிறாய். உனக்கு என்ன தண்டனை கொடுக்கலாம்" என்று அவனையே பார்த்துக் கேட்டான். கொள்ளைக்காரன் பதட்டமில்லாமல் சொன்னான்: "நான் ஆயிரக்கணக்கில்தான் மக்களைக் கொன்றேன். சில கப்பல்களைக் கொள்ளையடித்தேன். தாங்களோ லட்சக்கணக்கான மக்களைக் கொன்றீர்கள். பல தேசங்களைக் கொள்ளையடித்தீர்கள், தங்களுக்கு என்ன தண்டனையுண்டோ அதையனுசரித்து எனக்கு தண்டனை கொடுங்கள்" என்றான். அலெக்ஸாண்டர் பதில் பேசவில்லை.

'வீரன்' என்று சொல்லுகையில், அலெக்ஸாண்டர் போன்ற மாபெரும் வீரர்களைத்தான் நம் கற்பனைக் கண் முன் காண்போம். தடி எடுத்தவன் தண்டல்காரன் என்று இன்றும் ஒரு பழமொழி இருக்கிறதல்லவா? ஆரம்பகாலத்தில், மனிதன் மிருகங்களைப் போலவே வாழ்வு நடத்திய காலத்தில், தன் தேக பலத்தைக் கொண்டுதான் பிழைக்க முடிந்தது. மிருகங்களிடமிருந்து தப்பித்துக்கொள்ள அவன் தன் பலத்தை

உபயோகிக்க வேண்டிவந்தது. தன் ஆகாரத்திற்காக அவர்களுடன் போராடி அவைகளை வெல்லவேண்டி வந்தது. பல சமயங்களில் மனிதனுடன் மனிதனே விலங்குகளைப்போல் போராடிக்கொள்ள வேண்டிவந்தது. புகழ்பெற்று விளங்கும் ஆசிரியரான எர்னஸ்ட் ஹெமிங்வே, மனிதனுக்கும் மிருகத்திற்கும் உள்ள போராட்டத்தையே தலைசிறந்த அவருடைய நாவல்களுக்கு விஷயமாக வைத்து எழுதிவருகிறார்.

நாளாவட்டத்தில், மனிதன் அறிந்துகொண்டான். மனிதனுக்கு தேகபலம் மாத்திரம் போதாது, அறிவின் பலமும் வேண்டும் என்பதை அறிந்தான். அதுபோலவே மனோ பலமும் வேண்டும் என்பதையும் அறிந்துகொண்டான். தாங்கள் செய்யமுடியாத காரியங்களை இப்படிப்பட்ட பலங்களைக் கொண்டவர்கள் செய்ய முடிகிறது என்பதை ஜனங்கள் அனுபவத்தில் கண்டார்கள். எவனொருவன் சாதாரண மக்களில் செயற்கரிய காரியங்களைச் செய்து முடிக்கிறானோ, அவனை 'வீரன்' என்று சொல்லிப் பாராட்டினார்கள். யுத்த வீரன் இதற்கு நேர்முகமான உதாரணமாகக் கொள்ளப்பட்டான். எதிரிகளுடைய சைன்யத்திற்குள் புகுந்து, அதைச் சின்னாபின்னம் செய்து, பல தேசத்துப் பொருள்களைக் காணிக்கையாகத் திரட்டி வந்து, பல தேசத்து மக்களை அடிமைகளாக்கி, பல தேசங்களில் புகழ்க்கொடியேற்றி வெற்றி வீரனாக வரும் 'மனிதனை' ஒரு 'வீரனாக'ப் போற்றி வணங்கிப் பாராட்டமாட்டார்கள். 'வீரன்' என்ற வார்த்தையே, மனிதனுடைய பலம், மனிதனுடைய முயற்சி, மனிதனுடைய ஆணவம், இவைகளைக் குறிக்கும் பொருளாக நின்றது. பெரிய வீரன் என்று சொல்லப்படுபவன், எதைத்தான் செய்யத் துணியமாட்டான். எதைச் செய்யமாட்டான்? அவனால் ஆகாத காரியமுண்டோ? புலிப்பால் வேண்டுமா? நாகலோகத்தில் நாக கன்னிகையை மணக்க வேண்டுமா? இவைகளையெல்லாம் கதைகளில் உள்ள வீரர்கள் செய்திருப்பதை நாம் கேட்டிருக்கிறோம். நம் கனவுகள், நம் நிறைவேறாத ஆசைகள், இவைகளை எல்லாம் எவன் மிகவும் சாதாரணமாகச் செய்துவிடுகிறானோ அவனே 'வீரன்' ஆகிவிடுகிறான். மனிதனால் செய்யமுடியாதது ஒன்று உண்டா என்று சவால் விடுவதுபோல் காரியங்களைச் செய்கிறான் வீரன்.

மனிதன் ஆணவத்திற்கே மகத்தான இலக்கணமாக இருந்தான் ஒரு வீரன். செயற்கரிய காரியங்களைச் செய்து முடிப்பதில் அவனுக்கு நிகரானவன் வேறு ஒருவரை எளிதில் சொல்லிவிட முடியாது. அவன்தான் விசுவாமித்ரன். புதிதான சுவர்க்கத்தையே சிருஷ்டித்தான். படைப்புக்கே போட்டியாக ஒன்றைப் படைத்தான். மனிதனுடைய முயற்சிக்கும் சக்திக்குமே ஒளிவிளக்காக விளங்கிய விசுவாமித்ரன்கூட தோல்வியை ஏற்க நேரிட்டது. எதனால் சபலாயென்ற காமதேனுவைக் கைப்பற்றுவதற்காக வசிஷ்டருடன் போட்ட சண்டையில் தோற்றான். ஆன்மிக பலத்திற்கு முன்பு தன் பலம் சக்தியற்றது என்பதை அங்கு நன்கு அறிந்துகொண்டான். ‘காம க்ரோதங்களைக் கொண்ட என் பலம் எங்கே? அவைகளை வென்ற வசிஷ்டன் பலம் எங்கே? நான் இனி பிரும்ம (ஆன்ம) பலத்தையே தேடுவேன்’ என்று தனக்கு உறுதுணையாகவிருந்த க்ஷத்திரிய பலத்தைத் துறந்தான்.

புராண கால விசுவாமித்ரனைப் போலவே, சரித்திர காலத்தில் செயற்கரிய காரியங்களைச் செய்து பிரசித்தி பெற்ற நெப்போலியன், ஓர் அபூர்வ மனிதன்தான். சாதாரண குலத்திலே பிறந்து, அசாதாரண காரியங்களையெல்லாம் சாதித்து சக்ரவர்த்தியான அவன் பல தேசங்களைச் சூறையாடினான். பல அரசுகளைக் கவிழ்த்தான். அவன் வெற்றிக்கொடி பறக்கும் காலத்திலேயே அவன் சொன்னான், உலகத்திலே இரண்டு சக்திகள்தான் இருக்கின்றன. ஒன்று கத்தி (ஆயுத சக்தி) மற்றொன்று ஆன்மா. கடைசியில் ஆன்ம சக்தியே ஆயுத சக்தியை வெல்லும்’ என்றான்.

இந்த எண்ணத்தை நெப்போலியன் திடமாக நம்பினானா? ஏன் அதைச் செயலளவில் தன் வாழ்க்கையில் கொண்டு செலுத்த முன்வரவில்லை என்பது ஒரு ரசமான ஆராய்ச்சிக்குரிய விஷயந்தான். ஆனால் நெப்போலியனுக்கு இரண்டாயிரம் ஆண்டுகட்கு முன்பே இந்தக் கொள்கையைச் செயலில் கொண்டுவரத் துணிந்தான் மற்றொரு வீரன். அவனும் ஜயக்கொடி காட்டிய வீரன்தான். கலிங்கத்தைப் படையெடுத்து வெற்றி பெற்றான் அவ்வீரன். அவன் போர் வீரன் மாத்திரமில்லை. தயாவீரனும்கூட. அதனாலேயே அசோக சக்ரவர்த்திக்கு நிகரான வேறு சக்ரவர்த்தி உலகத்திலேயே கிடையாது என்று எண்ணற்ற அறிஞர்களால் இன்னும் போற்றப்படுகிறான். போரிலும் ஹிம்சையிலும் ஏற்படக்கூடிய துன்பங்களையும் துக்கங்களையும்

நேரில் கண்டு அவன் மனதில் கருணை பெருகி வழிந்தது. 'இனிமேல் இந்தப் பாதகமான காரியத்தைச் செய்யமாட்டேன்' என்று அஹிம்சைக் கொள்கையை ஒரு அரசியல் கொள்கையாகவும் அரசாங்கக் கொள்கையாகவும் கொண்டுவந்தான். யுத்தத்தை ஒழிக்க முன்வந்த முதல் சக்ரவர்த்தி அவன்தான். அஹிம்சையையும் சமாதானத்தையும் பரப்ப அவன் செய்த கல்வெட்டுகள் மூலம் அவன் சொன்னதாவது: 'சக்ரவர்த்தி கலிங்கத்தை வென்றது பற்றி மிகவும் அனுதாபப்படுகிறார். தேசத்தை வெற்றியடையும் பொழுது அனேக மக்கள் கொல்லப்படுகின்றனர். அனேக ஜனங்கள் சிறைவாய்ப்படுகின்றனர். இவைகள் சச்ரவர்த்திக்கு மிகவும் வருத்தத்தைக் கொடுக்கின்றன. உயிருள்ள எல்லா ஜீவன்களுக்கும் சாந்தியும் அமைதியும் இன்பமும் இருக்கவேண்டுமென்பதே சக்ரவர்த்தியின் விருப்பம். என் பிள்ளைகள் பேரன்மார்கள் இனிமேல் யுத்தத்தில் ஜயிப்பதை தங்கள் கடமையாக நினைக்கக்கூடாது. அப்படி அவர்கள் எதிரிகளுடன் போராட நேர்ந்தாலும் பொறுமையையும் தயையையும் கையாள்வதே உண்மையான வெற்றி என்பதை அறியவேண்டும். அதுவே இந்த உலகத்திற்கும் அடுத்த உலகத்திற்கும் உகந்தது' என்றான்.

ஹிம்சையும் பலாத்காரமும் துவேஷத்தையும் மனக்கசப்பையும் உண்டு பண்ணுவதால் துன்பங்களைப் பெருக்கிக்கொண்டே போகின்றன. புராணக் கதைகளில் கேட்டிருக்கிறோம். ஒரு ராக்ஷஸனைக் கொன்றதும் அவனுடைய ஒவ்வொரு துளி ரத்தத்திலிருந்தும் ஒவ்வொரு ராக்ஷஸன் கிளம்புவானாம். அதை நாம் நேருக்கு நேராகக் காணலாம். ஹிம்சையும் பலாத்காரமும் இப்படியே லட்சக்கணக்கான விரோதிகளைப் பெருக்கிக்கொண்டு போகின்றன. மனத்திலே வெறுப்பு தோன்றுகிற பொழுது, எதிரியை அழிக்கத் தூண்டுகிறது. தனக்குக் கேடு செய்தவனை பழிவாங்கச் சபதம் செய்கிறான். ஆனால் மனிதன் நியதி பழிவாங்குவதல்ல என்று சொன்னார் ஏசு கிறிஸ்து.

அவர் சொன்னார்: 'நீங்கள் கேட்டிருக்கிறீர்கள். உன் கண்ணை எதிரி வாங்கினால் அவன் கண்ணை நீ வாங்கு, பல்லைப் பிடுங்கினால் பல்லை எடு' என்று. ஆனால் நான் சொல்லுகிறேன். ஒரு தீங்கிற்குப் பதிலாக மற்றொரு தீங்காகச் செய்யாதே. வலது கன்னத்தில் உன்னை ஒருவன் அறைந்தால் இடது கன்னத்தைக் காட்டு. உன் மேலாடைக்குத் தாவா செய்தானாயின், மேல்

அங்கியையும் சேர்த்துக் கொடுத்துவிடு. ஒரு மைல் நடந்துவரச் சொன்னால் இரண்டு மைல் நடந்து போ. ஒருவன் கடனுக்கு வந்தால் மறுத்துவிடாதே.'

பெரியவர்கள் சொல்லியிருக்கிறார்கள். அண்டை வீட்டானிடம் அன்பாயிரு. எதிரியை வெறு என்று. ஆனால் நான் சொல்லுகிறேன். எதிரிகளிடம் அன்பாயிரு. உன்னை வெறுப்பவர்களிடம் பிரியமாயிரு. உன்னை அவமதிப்பவர்களுக்காக பிரார்த்தனை செய். சூரியன் நல்லவர் கெட்டவர் எல்லோருக்கும் ஒரே மாதிரிதான் வெளிச்சம் தருகிறான். மழை எல்லோருக்கும் ஒரே மாதிரிதான் பெய்கிறது. இவ்விதம் கட்டளையிட்டிருக்கும் கடவுளின் உண்மையான மக்களாக நடந்துகொள்ளுங்கள்' என்றார். (மத்தேயு - 5)

வீரன் என்பவன் யார்? கன்னத்தில் ஒருவன் அறைந்தால் பளீரென்று அறைந்தவன் கன்னத்தில் ஒன்றுக்கு நாலாகக் கொடுப்பவனா? வலது கன்னத்தில் வாங்கின அடி போதாதென்று இடது கன்னத்தையும் காட்டுபவனா? துவேஷத்திற்கு துவேஷத்தையே திருப்பிக் கொடுப்பவனா? அல்லது வெறுப்பிற்கு அன்பைக் கொடுப்பவனா? மிருக பலத்திற்கு ஆன்ம பலத்தைத் தருபவனா?

வீரன் யார் என்பதையே ஒரு அழகான கவிதையாகத் தந்திருக்கிறார் கவி வொர்ட்ஸ் வொர்த். 'சாந்த வீரனின் குணாதிசயம்' என்று அந்தக் கவிதைக்குத் தலைப்பு. வீரன் எதைச் செய்யவேண்டும் எந்த சக்தியால் தூண்டடப்படவேண்டும் என்பதை அழகாக வர்ணித்திருக்கிறார்.

Where high endeavours are an inward light
That makes the path before him always bright
Who with natural instinct to discern
What knowledge can perform is diligent to learn
Abides by this resolve and stops not then
But makes his moral being lies prime care

வீரன் எப்படியிருக்கிறான், உள் ஒளியால் அவன் பிரகாசிக்கிற படியால் அவன் போகும் இடமெல்லாம் ஒளி பெறுகிறது. அறிவு செயலாற்றுவதை அறிய சிரத்தை எடுத்துக்கொள்கிறான். அவன் செயல்கள் எல்லாம் அறவழியிலேயே இயங்கி நிற்கின்றன. அப்படிப்பட்டவன்தான் உண்மை வீரன்.

நம் இலக்கியங்களில் நாயகனாக இருக்கவேண்டியவனுக்குச் சில இலக்கணங்கள் உள்ளன. காவியங்களுக்கு நாயகன் 'தீரோதாத்த'னாயிருத்தல் வேண்டும். தீரோதாத்த நாயகன் வெறும் போர் வீரன் அல்ல. எதிரிகளைத் தன் பலத்தால் வென்றுவிட்டு வருபவன் மாத்திரம் வீரன் அல்ல. அவனிடம் இதைவிட வேறு எத்தனையோ குணங்கள் இருத்தல் வேண்டும். அவனுடைய முக்கிய குணங்கள் 'சோபை, விலாஸம், மாதுர்யம், காம்பீர்யம், தைர்யம், தேஜஸ், லாலித்யம், ஔதார்யம்' முதலியன. மேலும் அவன் மகாஸத்வனாகவும் கம்பீரவானாகவும் தற்புகழ்ச்சியில்லாதவனாகவும் கர்வமற்றவனாயும் திட நம்பிக்கை கொண்டவனாயுமிருப்பவனே தீரோதாத்தன் என்று இலக்கணங்கள் கூறுகின்றன. ஆகவே, வெளியேயிருக்கும் எதிரிகளை மாத்திரம் வெல்பவன் வீரன் அல்ல. உட்பகைகளை வெல்பவனேதான் உண்மை வீரன். இரண்டு பகைகளையும் வெல்பவனே சிறந்த வீரன் - தீரன் - மகாவீரன்.

வால்மீகி முனிவன் தன் காவியத்திற்கு நாயகன் எப்படிப்பட்டவனாக இருக்கவேண்டும் என்று வர்ணிக்கும் பொழுது, பிரபல பராக்ரமம் கொண்ட போர் வீரனை மாத்திரம் அவர் கற்பனை செய்துகொள்ளவில்லை. வெளியேயும், உள்ளேயும் இருக்கும் பகைவர்களை வென்றவனைத்தான் தன் காவிய நாயகனாக வரித்தார். அப்படிப்பட்ட உத்தமன் யார் என்று வால்மீகி நாரதரிடம் விசாரிக்கும் பொழுது, நாரதர் ராமனுடைய குணாதிசயங்களை வர்ணிக்கிறார். 'இந்திரியங்களையும் மனசையும் வசப்படுத்தினவர் - மகாவீரன். அபாரமான தேஹகாந்தியுள்ளவர். அவருடைய சித்தம் ஆபத்திலும் சம்பத்திலும், ஒரேவிதமாக இருக்கும். ஒருதடவை கேட்டதை எப்பொழுதும் மறக்காதவர். பிரம்மா, சங்கரன், இந்திரன், பிருஹஸ்பதி, சுக்ராச்சார்யர் முதலியவர்களால் உபதேசிக்கப்பட்ட ராஜ நீதிகளைப் பூரணமாக அறிந்தவர். ஜனங்களின் மனசைக் கவரும்படி பேசும் திறமையற்றவர். யாவரும் ஆசைப்படக்கூடிய அழகும் பிரகாசமும் பொருந்தியவர். காமம், கோபம் போன்ற சுபாவமான சத்துருக்களையும் வெளியில் சஞ்சரிக்கும் பகைவர்களையும் அழித்தவர்... நினைத்த மாத்திரத்தில், சத்ருக்களைக் கொல்லும் சாமர்த்தியம் உள்ளவர். தன்னைச் சரணடைந்தவர்களைப் பற்றி யாதொன்றையும் ஆலோசிக்காமல், ரட்சிப்பதென்ற

தருமத்தைப் பூரணமாக அறிந்து அனுஷ்டிப்பவர். தான் செய்த பிரதிக்ஞையைத் தவறாமல் நிறைவேற்றுகிறவர். பிரஜைகளுக்கு அனுகூலத்தையே செய்கிறவர். தன்னை அண்டினவர்களை ரட்சித்ததாலும் ராவணாதி ராட்சஸர்களை அழித்ததாலும் அவருடைய கீர்த்தி ஸகல லோகங்களிலும் பரவியிருக்கிறது. காமக்ரோதமில்லாதவராகையாலும், யோகாப்யாஸத்தின் மகிமையாலும் எப்பொழுதும் சுத்தர். பிரும்மத்தின் ஸ்வரூபத்தை அறிந்தவர். தன் நிஜ ஸ்வரூபத்தை மறவாதவர்...'

(வால்மீகி இராமாயணம் C, R. ஸ்ரீனிவாசய்யங்கார் மொழிபெயர்ப்பு.)

இப்படி மகாவீரனும் தீரனுமான ராமனைப் பற்றி வருணித்துக்கொண்டே போகிறார் நாரதர். வெளியில் உள்ள எதிரிகளை வெல்வது ஒரு அம்சம்தான். ஆனால் வீரனிடம் அதைவிடச் சிறந்த பல அம்சங்கள் உள்ளன. அந்த குணங்கள் தருமத்தையும் ஆன்மாவையும் அடிப்படையாகக் கொண்டவை. இரண்டும் சேர்ந்து இருப்பவனே உண்மை வீரனாகிறான். அதனாலேயே அஹிம்சையென்பது வீரனுடைய ஆயுதமாகிறது. கோழையின் பலவீனம் அல்ல.

நம்முடைய பண்பாட்டிற்கே சிறந்த பிரதிநிதியாக வந்த காந்திஜி அனேக தடவைகளில் இதை விளக்கியிருக்கிறார். அஹிம்சையை அனுஷ்டிப்பவன் கோழையல்ல. ஆயுதந் தாங்கும் வீரனைக் காட்டிலும் சிறந்த தீரன் என்று அவர் அடிக்கடி சொல்வார். அஹிம்சை பலவீனன் ஆயுதம் அல்ல. ஒரு வீரனின் ஆயுதமே என்று விளக்கிச் சொல்லியிருக்கிறார். அஹிம்சையின் அடிப்படையான ஐந்து தத்துவங்களை அவர் சொல்லியிருக்கிறார்.

1. அஹிம்சை ஆன்ம சக்தியில் உண்டாவது.

2. பலாத்காரத்தை எவ்வளவு லாகவமாகவும் பலமுள்ளதாகவும் கையாள முடியுமோ அந்த அளவிற்கு அஹிம்சையைக் கையாள முடியும்.

3. பலாத்காரத்தைக் கையாள்பவனைவிட, அஹிம்சையைக் கையாளுபவன் உயர்ந்தவன். இவன் அதைவிட சக்தியுள்ள ஆயுதத்தை உபயோகப்படுத்துகிறான் அல்லவா?

4. பலாத்காரத்தின் முடிவு தோல்வி.
5. அஹிம்சையின் முடிவு வெற்றி.

(Non-violence in peace and war-128)

கோழைத்தனம் அஹிம்சையாகாது. காந்திஜி சொல்கிறார்: 'ஒத்துழையாமைக் காலத்தில், நடந்த ஒரு சம்பவத்தை மாத்திரம் சொல்கிறேன். பேட்டையா என்ற கிராமத்தைச் சில காலிகள் சூறையாடினார்கள். கிராமத்து ஜனங்கள் பிள்ளை பெண்டுகளை விட்டு ஓடிப்போய்விட்டார்கள். நான் அந்தக் கிராமத்தார்களைக் கண்டித்த பொழுது அவர்கள் அஹிம்சையைக் கையாண்டதாக வெட்கமில்லாமல் சொன்னார்கள். நான் பகிரங்கமாகக் கண்டித்தேன். பெண் பிள்ளைகள் மானம் பறிபோகும் பொழுதும், தனக்கு அஹிம்சையில் முழு நம்பிக்கையில்லாதபோதும் பலாத்காரம் அஹிம்சை முறைக்கு உட்பட்டதுதான் என்று சொன்னேன். அஹிம்சா தர்மம் கோழைகள் பயந்து ஓடி ஒளிவதல்ல. தைரியசாலியின் ஆயுதம் அஹிம்சை. கத்தியைக் கையாளுவதைவிட அஹிம்சையைக் கையாளுவதற்கு மேலான தைரியம் வேண்டும். ஆயுதத்தை வெற்றிகரமாகக் கையாளும் திறமை பெற்ற வீரன், அஹிம்சையையும் சிறப்பாகக் கையாளும் நிலைக்கு மாறமுடியும். அஹிம்சையை ஆயுதம்போல உபயோகப்படுத்த அனுபவம் வேண்டும். பழிவாங்கும் மனோபாவத்திற்கு அது ஒரு தடையைச் செய்கிறது, ஆனால் கோழைத்தனத்திற்கு பழிவாங்கும் மனோபாவமே உயர்ந்தது. நாய் பயப்படும் பொழுதுதான் குரைக்கிறது, கடிக்கிறது. உலகத்திலே ஒருவரையும் கண்டு அஞ்சாதவன்தான் தனக்குத் தீங்கு செய்ய வருபவர்களைக் கண்டு கொஞ்சம்கூட கலக்கமடையாமல் இருக்கமுடியும். குழந்தைகள் சூரியன் மேல் மண்ணைத் தூவினால், சூரியன் அவர்கள் மேல் பழிவாங்குவதில்லை. தங்களையேதான் அவைகள் கெடுத்துக்கொள்கின்றன.

(Non-violence in peace and war-69)

பலாத்காரத்தைக் கையாளுபவன் பிறருக்கு ஹிம்சையைக் கொடுக்கிறான். ஆனால் அஹிம்சையைக் கையாளும் தீரன் தனக்கே ஹிம்சையைக் கொடுத்துக்கொள்கிறான். பிறர் துன்பத்தைத் தன்மேல் வாங்கிக் கொள்கிறான். ஏசு கிறிஸ்து பிறருக்காகச் சிலுவையை ஏற்றது போலவே, பிறர் கஷ்டங்களுக்காகத்

தன்னைப் பலியிட்டுக்கொள்கிறான். ஆனாலும் பலாத்காரத்திற்கு முன்பு அஹிம்சை எவ்வளவு தூரம் வெற்றி பெறும் என்று ஐயுறவு கொள்பவர்கள் இன்னும் இருக்கத்தானிருக்கிறார்கள். அசோகன் ஆட்சிக்குப் பின்பும், மகாத்மாவின் சோதனைகளுக்குப் பிறகும், இன்னும் அந்த சந்தேகம் பலருக்கு வரத்தான் வருகிறது. மகாத்மாவின் அஹிம்சைக் கொள்கையைப் பற்றி கிண்டலாக, பர்னார்டு ஷா சொன்னார்: "பசுவின் அஹிம்சை புலியை அஹிம்சாவாதியாக மாற்றுவதில்லையே" என்றார். அதற்கு காந்தியடிகள் சொன்னார்கள்: "மனிதன் புலி அல்லவே" என்றார்கள். ஆயினும் அஹிம்சையைப் பற்றி சந்தேகப்படுகிறவர்கள் இருந்துகொண்டேதானிருப்பார்கள். நம் நாட்டின் மீது எதிரி படை எடுத்து வரும் பொழுது நம் அஹிம்சைக் கொள்கை நமக்குக் கைகொடுத்து உதவுமா என்று சிலர் கேட்கிறார்கள். இதற்குப் பதில் சொல்லுவது போல் ஒரு கிரேக்க வீரன் செய்துகாட்டியிருக்கிறான். யுத்தத்திலும்கூட அஹிம்சையை எப்படி ஒருவன் திறமையாகக் கையாள முடியும் என்பதையே அந்த வீரன் செய்துகாட்டியிருக்கிறான்.

எதிரிகள் கிரேக்கப் பட்டினம் ஒன்றை முற்றுகையிட்டிருந்தனர். எதிரியின் படை பலம் மிதமிஞ்சி நின்றது. அந்தப் பட்டாளம் இந்தப் பட்டினவாசிகளையும் பட்டினத்தையும் நசுக்கி விழுங்கிவிடும் அளவிற்கு சக்திவாய்ந்திருந்தது. பட்டினத்திற்குள்ளேயிருந்தவர்கள் திணறிக்கொண்டிருந்தார்கள். தங்கள் அல்பமான பலத்தை வைத்துக்கொண்டு அவ்வளவு பெரிய சைன்யத்தை எப்படி எதிர்த்து நிற்பது? எல்லோர் மனத்திலும் குழப்பமும் கவலையும் நிரம்பியிருந்தது. அப்பொழுது அந்த நகரத்து வீரர்களில் ஒருவன் தலைவர்களிடம் சென்றான். "நான் இதற்கு வழி செய்கிறேன். என்னை எதிரிகளின் தலைவனிடம் அனுப்புங்கள்" என்றான். அவன் பேச்சில் இருந்த விறுவிறுப்பும் முகத்தில் இருந்த தெளிவும் அவர்களுக்கு ஒரு நம்பிக்கையை உண்டுபண்ணின. அந்த வீரனை எதிரிகளிடம் அனுப்பினார்கள். எதிரிகள் தலைவனிடம் சென்றான் வீரன். "இந்த முற்றுகையை எடுத்துவிடுங்கள். நீங்கள் எங்களை வெல்லமுடியாது" என்றான்.

"அதற்கு என்ன ருசு இருக்கிறது. உங்களிடம் அபூர்வமான சக்தி என்ன இருக்கிறது? சொல் பார்க்கலாம்" என்றான் எதிரித் தலைவன்.

"இதோ பாருங்கள், காட்டுகிறேன்" என்று பக்கத்தில் கொழுந்து விட்டெறிந்துகொண்டிருக்கும் தீவட்டியின் மேல் கையை வைத்தான். அந்த ஜுவாலையில் கை 'திகுதிகு' என்று பற்றி எரிந்துகொண்டிருந்தது. ஆனாலும் அந்த வீரன் முகத்தில் சிறிதளவு வேதனைகூடத் தோன்றவில்லை. அந்தப் பயங்கரமான காரியத்தையும், அதைச் சிறிதேனும் பொருட்படுத்தாமல் கவலையில்லாமல் இருக்கும் அவ்வீரனின் நெஞ்சழுத்தத்தையும் கண்டு எதிரிகள் அதிர்ந்து போனார்கள். எதிரித் தலைவன் அவன் கையைப் பிடித்து இழுத்தான். சிப்பந்திகள் சிகிச்சை செய்ய ஆரம்பித்தார்கள். 'ஒரு மனிதனுக்கு அத்துணை சகிப்புத்தன்மையும் பொறுமையும் தியாக சக்தியும் இருக்கும் பொழுது, அவர்கள் கூட்டமாகக் கூடி எதைத்தான் சாதிக்கமாட்டார்கள்' என்று எதிரிகள் நினைத்தார்கள். "அன்பரே உன்னைப் போன்ற வீரர்களை எங்களால் ஜெயிக்க முடியாது" என்று சொல்லிவிட்டு முற்றுகையை எடுத்துவிட்டு அந்நகரத்து மக்களுடன் சினேகம் செய்துகொண்டு போனார்களாம்.

இத்தகைய காரியங்கள்தான் செயற்கரிய காரியங்கள். இப்படிப்பட்ட சாகசச் செயல்கள் செய்பவனே வீரனும் தீரனும் ஆகிறான். யுத்தத்திலே போர் புரியச் சென்ற வீரனை நாயகனாக வைத்து 'ஷ்ராப்ஷைர் சிறுவன்' என்று ஓர் அழகான துயரந் தோய்ந்த காவியத்தைத் தந்திருக்கிறார் ஹுஸ்மன் என்ற கவி. யுத்தத்தின் கொடுமையையும் பைத்தியக்காரத் தன்மையையும் கண்டு வெதும்பிய உணர்ச்சி உருவாக வந்திருக்கிறது அக்கவிதையிலே. அந்தக் காவியத்தின் ஒரு பகுதியிலே அவர் சொல்கிறார். யுத்தத்திற்குச் சென்ற வீரன் பிறரைக் கொல்வதற்குப் பிரியப்படாமல் தன்னையே சுட்டுக் கொன்றுகொண்டானாம். அதை ஹுஸ்மன் வருணிக்கிறார்.

சுட்டுக்கொண்டாய்? என்ன விரைவான சுகமான முடிவு!
அதுதான் சரி - தைரியமுள்ள சிறுவனே!
உன் துயரம் மாளாத துன்பம்
சவக்குழிக்கே அதை எடுத்துச்செல்
நாளை வருவதை நீ அறிந்தாய்.
சகதியில் விழுவதை நீ வெறுத்தாய் - ஆனால்
புழுதியே உன்கூலி - துயரத்தின் செல்வமகனே!
புழுதியிலும் கேடுகெட்டான் மனிதன்.

> *ஆன்மா கெடுகிறது. மற்றவர்களும் கெடுகிறார்கள்*
> *இக்கதை பன்னாள் முன் பிறந்தது.*
> *உடன்பிறப்புக்குக் கெடுதல் செய்யாய் -*
> *மனிதனைப் போல் மாண்டாய் - மகனே.*

மன்னுயிரை எடுப்பதைவிடத் தன்னுயிரைக் கொடுப்பதே சிறந்தது என்று நினைத்தான் அவ்வீரன்.

ஆனால் அஹிம்சையின் முத்திரை இதையும் தாண்டிச் செல்கிறது. பகைவனுக்கு அன்பு காட்டுவதே அஹிம்சையின் கடைசி படியென்றுகூடச் சொல்லிவிடலாம்.

பாரதி பாடினார்:

> *பகைவனுக்கருள்வாய் - நன்னெஞ்சே*
> *பகைவனுக்கருள்வாய்*
> *புகை நடுவினில் தீயிருப்பதை*
> *பூமியிற் கண்டோமே*
> *பூமியிற் கண்டோமே*
> *பகை நடுவினில் அன்புருவானநம்*
> *பரமன் வாழ்கின்றான் - நன்னெஞ்சே*
> *பரமன் வாழ்கின்றான்.*

அப்படிப்பட்ட வீரன், பகைவனுக்கும் அன்பு செலுத்திய வீரன், பகைவனுக்காகத் தன்னுயிரையே கொடுக்கக்கூடிய வீரன் யார்? அந்த வீரன் சாமான்ய வீரன் அல்ல. நம் பெரியோர்கள் தன்னைக் கேவலப்படுத்திச் சொல்லிக்கொள்ளும் பொழுது 'நாயினும் கடையேன்' என்று தங்களையே நிந்தித்துக்கொள்வார்கள். ஆனால் பெரும்பாலான மக்கள் உண்மையிலேயே நாயினும் கடையவர்களாயிருக்கிறார்கள். இந்த வீரன் செயலைக் கேட்டவர்கள் அதை அப்படியே ஒப்புக்கொண்டுவிடுவார்கள். ஏனென்றால் அந்த மகா வீரன் ஒரு நாய்தான்.

பாரிஸ் நகரத்து நகைக்கடையில் ஒரு காவல் நாயிருந்தது. அதற்கு மால்காப் என்று பெயர். அந்தக் கடையில் வேலை செய்யும் ஒரு தொழிலாளிக்கு அந்த நாயைக் கண்டாலே வெறுப்பு. தொழிலாளியும் ஜேக்ஸ் என்ற மற்றொருவனும் அந்த நாயை மெதுவாக ஆற்றுப்பாலத்தருகே அழைத்துச் சென்றார்கள். அங்கே நாயின் காலில் ஒரு பெரிய கல்லைக் கட்டினான் ஜேக்ஸ். பிறகு

கல்லுடன் நாயை ஆற்றில் தூக்கியெறிந்தான். அப்படித் தள்ளும் பொழுது அந்தக் கயிறு ஜேக்ஸின் காலில் மாட்டிக்கொண்டு அவனும் நாயுடன் ஆற்றில் விழுந்துவிட்டான். ஜேக்ஸுக்கு நீச்சல் தெரியாது.

மால்காப் ஜலத்துக்கு மேலே தலையைத் தூக்கி நீச்சலடித்தது. கல் கீழே இழுத்தது. இருந்தாலும் சமாளிக்க முடியாதபடியான கனம் இல்லை. தன்னைத் தள்ளிய ஜேக்ஸ் ஜலத்தில் திணறுவதைப் பார்த்தது. ஜேக்ஸ் அமுங்கிவிடாதபடி அவன் கழுத்துப் பட்டையை கடித்தபடி இழுத்துச் சென்றது. ஆள் பளு. கல் பளு. தன் பளு மூன்றும் பலமாக அழுத்தின. மூச்சுத் திணறியது. தன்னை மட்டும் தப்பித்துக்கொள்வதென்றால் அது சுலபத்தில் செய்திருக்கலாம். கொலைகாரன் செத்துவிட்டுப் போகட்டுமென்று விட்டுவிடவில்லை. அது தள்ளாடித் தள்ளாடிச் சுமந்து வந்தது. சிறிது தூரத்தில் வந்த படகு ஜேக்ஸையும் மால்காபையும் கரையேற்றியது. ஆனால் மால்காப் உயிரோடிருக்கவில்லை. ஜேக்ஸ் அதன் செய்கையைச் சொல்லி அழுதான். பாரிஸ் நகரத்திலேயே பெரிய வீரனாகிவிட்டது மால்காப். அதன் பிரேத ஊர்வலத்திற்கு அனேக தொழிலாளிகள் பின்சென்றார்கள்.

'உங்கள் நாய் வீரனாகலாம் - ரீடர்ஸ் டைஜஸ்ட்'

March 57

மன்னுயிரைத் தன் உயிராகக் கொள்பவன், கருதுபவன் மட்டுமல்ல வீரன். மன்னுயிருக்குத் தன் உயிரையே கொடுப்பவன்தான் வீரன், தீரன், மகா வீரன் எல்லாம் என்பதை அந்த நாய் நிரூபித்துவிட்டது.

அன்பு

மனிதனை இரண்டு வித சக்திகள் இயக்குவிக்கின்றன. ஒன்று அறிவு மற்றொன்று இதயம். மனிதன் காலக்ரமத்தில், அனுபவத்தினாலோ, கல்வி கேள்விகளினாலோ, அறிவை விசாலப்படுத்திக்கொள்கிறான். மனதைப் பக்குவம் செய்துகொள்கிறான். மனிதன் வாழ்விற்கு இவை இன்றியமையாத அம்சங்கள். வாழ்வதற்கு மாத்திரமன்றி வாழ்விலிருந்து விடுதலை பெறுவதற்கும் இவை இன்றியமையாத அம்சங்கள் - மனிதன் சம்சாரபந்தங்களிலிருந்து விடுபடுவதற்கு ஏற்பட்டிருக்கும் வழிகளில், அறிவின் முதிர்ச்சி ஞானயோகமாகவும், இதயத்தின் முதிர்ச்சி பக்தியோகமாகவும், பற்றற்ற காரியங்களின் (சேவைகளின்) முதிர்ச்சி கர்மயோகமாகவும் நிகழ்கிறது என்பதை நம் நூல்களும் பெரியவர்களும் விளக்கிச் சொல்லியிருக்கிறார்கள்.

மனிதன் இதயத்திலே, அன்பு எப்படி உண்டாகிறது? ஏன் உண்டாகிறது? எதனால் உண்டாகிறது? பார்க்கப்போனால், 'தான்' என்ற உணர்ச்சியில்தான் அது ஆரம்பமாகிறது. இந்த உலகத்திலே ஒருவன் பூரணமாக நேசிக்கிறானென்றால் அது தன்னைத்தான். ஆனால் 'தான்' என்ற உணர்ச்சி, தன் உடலோடு மட்டும் நின்றுவிடுவதில்லை. ஆலமரம் பரவி நின்று வேர்கள் விடுவது போல், தன்னைச் சுற்றிப் பரந்து நின்று அனேக கிளைகளுடனும் வேர்களுடனும் வியாபித்துவிடுகிறது. நான் என்னை நேசிப்பது போலவே, என் வீடு, என் குழந்தை, நான் பிறந்த ஊர், நான் படித்த பள்ளிக்கூடம், நான் சாப்பிடும் ஓட்டல், இப்படி நம்மைச்சுற்றி நம்முடன் ஒட்டி நிற்கும் ஒவ்வொன்றுடனும்

நாம் பற்றிக்கொண்டு, நம்முடன் அவைகளைச் சேர்த்துக்கொண்டு நம்மதாக்கிக்கொள்கிறோம்.

நண்பர் ஒருவர் இருக்கிறார். அவருக்கு அவருடைய கைக்கடிகாரத்தைப் பற்றிப் பெருமை சொல்லிமுடியாது. 'சார், இதை நான் ஐந்தாவது படிவம் வாசிக்கும்போது வாங்கினேன். ஒருதரம் எண்ணெய் போட்டதைத் தவிர ஒரு காசு அதன் மேல் செலவழிக்கவில்லை. ஒரு விநாடி காலத்தின் வித்தியாசம் காட்டினது கிடையாது' என்பார். இந்தக் கடிகாரத்தைச் செய்தவருக்குக்கூட அதில் அவ்வளவு பெருமை இருக்காது. அவருக்கு அவ்வளவு பெருமை ஏன் வருகிறது? அவர் அதை அவருடையதாக்கிக்கொண்டாரல்லவா, அதனால்தான்.

ஒரு சமயம் நேரம் கழித்து காரியாலயத்திலிருந்து வந்தேன். வீடு அமர்க்களமாயிருந்தது. என்னவென்று விசாரித்ததில் பையன் ஓர் ஆணியை விழுங்கிவிட்டானாம். எனக்குக் கோபம் பெருகி வந்தது. 'சனியனே, பிராணனை விட்டுத் தொலையடா' என்று பையனை அடிக்க ஓடினேன். என் பக்கத்திலிருந்த எழுத்தாள நண்பர் சொன்னார். 'ஏன் கோபப்படுகிறீர்கள்? ஏதோ தெரியாமல் செய்துவிட்டான். பையன் படும் அவஸ்தையையும் அதற்குப் பரிகாரத்தைத் தேடுவதில் நீங்கள் கவனம் செலுத்தவில்லை. உங்களுக்கு மனத் தொந்தரவையும் இம்சையையும் கவலையையும் உண்டுபண்ணிவிட்டானே என்பதற்குத்தான் இவ்வளவு கோபமும் ஆத்திரமும் வருகிறது' என்றார்.

நாம் பிறரை நேசிப்பது, போற்றுவது, தூற்றுவது, இன்பம் அடைவது, துன்பம் அடைவது எல்லாம் நமக்காகவேதான். நம்மைப் பொறுத்துத்தான். இதை பிருகதாரண்ய உபநிஷத்தில், யாக்ஞவல்க்கியர் மைத்ரேயிக்கு வெகு அழகாக விளக்கியிருக்கிறார்.

யாக்ஞவல்க்கியர் சொல்கிறார்: 'புருஷன் (மனைவிக்கு) மிகவும் வேண்டியவன். அவன் பொருட்டே. அவள் பொருட்டல்ல. அது போலவே மனைவி புருஷனுக்கு வேண்டியவள். அவள் பொருட்டே, குழந்தைகள் பெற்றோருக்கு வேண்டியவர்கள். அப்படியேதான் பொருள் அவசியமாகிறது. பொருளின் அவசியத்தால் அல்ல. மனிதன் பொருட்டே. மனிதன் மிருகங்களை நேசிப்பதும் மிருகங்களின் மேல் உள்ள அன்பால் அல்ல. தன்மேல் உள்ள அன்பினால்தான்... உலகத்திலே உள்ள பொருள்கள் மேல்

ஆசை கொள்வதற்குக் காரணம், நம்மிடம் நமக்கு இருக்கும் ஆசையினால்தான். ஆகையினாலேதான்

'நான்' என்று நாம் சொல்லிக்கொள்ளும் ஆன்மாவின் உண்மையான தன்மையை நாம் கண்டறிந்துகொள்ளவேண்டும். அந்த நிலையை அடைந்துவிட்டால், மற்றவைகள் எல்லாம் எளிதில் சித்தியாகும்' என்று சொன்னார். 'நான்' என்று சொல்லிக்கொள்ளும் வாமனாவதார அகங்கார நிலை 'நீ' என்று சொல்லிக்கொள்ளும் விசுவரூப நிலையை அடையும்போது அது உலகத்தையே அடைத்து அதனுடன் ஒன்றாகிவிடுகிறது. அப்பொழுதுதான் தனக்காக வாழும் நிலை என்பது போய் தன்னிலும் பிரிந்து நிற்கும் மற்றவர்களுக்கும் வாழும் நிலை வந்துவிடுகிறது. அந்த நிலை வரும் பொழுதுதான் இதயத்திலே உண்மையான அன்பு பிறக்கிறது. உலகத்து மக்கள் தனக்காக வாழ்வது என்பது உலக இயல்பு. ஆனால் சிலராவது தனக்காக இன்றி பிறருக்கு உயிரையும் கொடுக்கத் தயாராக இல்லையா? வள்ளுவர் சொல்கிறார்;

'அன்பிலார் எல்லாம் தமக்கு உரியர் அன்புடையார்
என்பும் உரியர் பிறர்க்கு' (72)

தன் உடலையும் உயிரையும் பிறருக்காகப் பல பெரியோர்கள் கொடுப்பதைப் பார்க்கிறோமல்லவா? சிபிச்சக்கரவர்த்தி முதல் திருப்பூர் குமரன் வரையில் தனக்காகவன்றி உலகத்திற்கு தங்கள் உயிரையும் உடலையும் கொடுக்க வந்த இலக்கிய புருஷர்களைப் பார்த்தும் கேட்டும் இருக்கிறோமல்லவா? இந்த இலக்கிய வாழ்வு, இலக்கிய புருஷர்களுக்கு மாத்திரமல்ல. எல்லா மனிதர்களிடமும் இருக்கவேண்டிய பண்புதான் என்று ஆணித்தரமாகச் சொல்லியிருக்கிறார் வள்ளுவர். அன்பு வழியே செல்பவன்தான் மனிதன். அன்பு இல்லாதவன் மியூசியத்தில் வைத்திருக்கிறோமே, அந்த எலும்புக்கூடுதான் என்கிறார்.

*அன்பின் வழியது உயிர்நிலை அஃதிலார்க்கு
என்பு தோல் போர்த்த உடம்பு (80)*

தன்னை நேசிப்பதிலிருந்து பிறரிடம் அன்பு பூணுவது என்ற தன்மையில் முதல் பாடம் தாயன்பு. 'தான்' என்ற தன்மையிலே பிறந்தாலும் தூய்மையான அன்பிற்கு அதுவே சிறந்த உதாரணமாக ஒரு இலக்கியமாகவும் இருந்துவருகிறது. 'தன்' குழந்தை என்பதற்காகவே தாய் குழந்தையை நேசித்தாலும்

அந்தக் குழந்தைக்காகத் தாய் எவ்வளவோ சிரமங்களை ஏற்கவேண்டியிருக்கிறது. துன்பங்களைப் பொறுத்துக்கொள்ள வேண்டியிருக்கிறது. அந்தக் குழந்தைக்காக எவ்வளவோ தன்னுடைய சுகங்களைத் தியாகம் செய்யவேண்டியிருக்கிறது. அந்த தியாகமே தாய்க்கு இன்பத்தைக் கொடுக்கிறது. ஏனென்றால் குழந்தையின் இன்பத்தையே தன் இன்பமாகக் கருதுகிறாள் தாய். ஊர்க் குழந்தைகளுக்காகக் கஷ்டங்களை ஏற்கவில்லைதான். இருந்தாலும் தன் உடலைப் பிறருக்காக வருத்திக்கொள்வது பாபமில்லை போன்றிருப்பது தாயன்பு. மனித வளர்ச்சியில் முதற்படியாக இருப்பது தாயன்பு. ஒவ்வொரு தாயும் தன் குழந்தைக்கு 'அன்பு' எனும் பாலைத்தான் ஊட்டுகிறாள். உடலை வளர்த்துக்கொண்டு போகும் மனிதன் இந்த 'அன்பு' கொள்ளும் தன்மையையும் வளர்த்திக்கொண்டு போகிறானில்லை. தன் குழந்தையைப் போல் பிறர் குழந்தையையும் நினைக்க முடியுமானால் அது எவ்வளவு பெரிய அனுபவமாக ஆகிவிடுகிறது.

இந்தக் கருத்தை மகான் டால்ஸ்டாய் அவருடைய அருமையான கதையொன்றில் புகுத்தியிருக்கிறார். கதையின் பெயர் 'அன்பு எங்கிருக்கிறதோ, அங்கு கடவுள் இருக்கிறார்'. அதாவது 'அன்பே சிவம்' என்ற கருத்துதான்.

மார்டின் என்ற சக்கிலியன், தன் தொழிலை வெகு கண்ணியமாக நடத்தி வருகிறான். கடவுள் பக்தியுள்ளவன். நேர்மை தவறாதவன். வேலையிலும் தேர்ச்சி பெற்றவன். அவன் மனைவி காலமாகிவிட்டாள். தன் அருமைப் புதல்வனை அன்புடன் வளர்த்துவருகிறாள். திடீரென்று அந்தப் பையனுக்கு விஷ ஜுரம் வந்துவிடுகிறது. அந்தச் சிறுவன் இறந்துவிடுகிறான். இறந்தவுடன் மார்டினுக்குத் தாங்க முடியாத துக்கம் ஏற்படுகிறது. துக்கத்தினால் அவனுக்கு எதன் மேலும் ஒரு வெறுப்பு உண்டாகிறது. 'நேர்மையாயும் நெறி தவறாமலும் இருந்த தனக்கு ஏன் சோகத்தைக் கடவுள் கொடுக்கவேண்டும். கடவுள் இருக்கமுடியாது. இருந்தாலும் அவருக்கு இதயம் என்பது சிறிதேனும் கிடையாது' என்று சொல்லிக்கொண்டே தன் மனக்கசப்பை வெளியிட்டுக்கொண்டிருப்பான்.

அவனிடம் ஒரு குடியானவ யாத்ரீக நண்பன் வந்தான். அந்த நண்பனிடம் தன் மனக்கசப்பை வெளியிட்டான். "எனக்குக் கடவுளிடம் நம்பிக்கை இல்லை. நான் இறக்கவே விரும்புகிறேன்"

என்றான். "மார்டின், அப்படிப் பேசாதே. ஈசன் உன் மகன் இறந்து நீ இருக்கவேண்டுமென்று விதித்திருக்கிறார். அது அவர் சித்தம். நீ உனக்காகவே வாழ்வது சரியல்ல. நீ கடவுளுக்காக வாழவேண்டும்" என்றான்.

"அது எப்படி" என்றான் மார்டின்.

நண்பன் தன் கையிலிருந்த பைபிள் புஸ்தகத்தை எடுத்துக் கொடுத்து, "இந்தா இதைப் படித்துக்கொண்டு வா. உனக்குப் புலப்படும்" என்றான்.

மார்டின் பைபிளைப் படித்தான். அவனுக்கு ஏதோ புது உலகத்திற்குப் போவது போலிருந்தது. படிக்கும் பொழுதே அவன் கண்ணில் ஜலம் அடிக்கடி வந்துகொண்டிருந்தது. 'நான் வந்தேன் என்னை வரவேற்கவில்லை. நான் வந்தேன் எனக்கு எண்ணெய் தேய்க்கவில்லை' என்ற பகுதிகளைத் திரும்பத் திரும்பப் படித்தான். அவன் நெஞ்சம் இளகியது. அன்று இரவு உறங்கும் பொழுது 'மார்டின் நான் நாளை வருவேன்' என்று சொல்வது போல் இருந்தது. எழுந்து பார்த்தால் ஒருவரையும் காணோம்.

மறுநாள் மார்டின் அவன் வேலைகளைக் கவனித்துக்கொண்டிருக்கும் பொழுது, ஏழைப் பெண் ஒருத்தி இடுப்பில் குழந்தையுடன் வந்து எதிர்வீட்டுத் திண்ணையில் உட்கார்ந்தாள். பனி கொட்டிக்கொண்டிருந்தது. குளிர் வெடவெடத்துக்கொண்டிருந்தது. குழந்தையோ பசியால் கதறிக்கொண்டிருந்தது மார்டின் மனதில் கருணை சுரந்தது. "அம்மா, இங்கே வா. இந்தக் கணப்பின் பக்கம் உட்கார்" என்று கூப்பிட்டான். அவள் வந்து உட்கார்ந்தாள். "குழந்தைக்குப் பால் கொடேன்" என்றான். "என் உடலிலே சக்தியில்லை. என் மார்பிலே பால் இல்லை" என்றாள். அவளுக்குத் தன் அங்கியைக் கொடுத்துப் போர்த்திக்கொள்ளச் சொன்னான். தனக்காகக் கொண்டுவந்திருந்த ஆகாரத்தை அவளுக்குக் கொடுத்தான். அவள் சாப்பிட்டுக்கொண்டே தன் கதையைச் சொன்னாள். "ஏசுதான் தங்களைப் போன்ற அன்புருவான ஒருவரிடம் என்னைக் கொண்டுவந்து விட்டிருக்கிறார்" என்றாள். மார்டின் பெட்டியில் இருந்த காசை எடுத்தான். அவளிடம் கொடுத்து, "அம்மா இதை வைத்துக்கொள். ஒரு போர்வை வாங்கிக்கொள்" என்று சொல்லி வழியனுப்பினான்.

அப்படியே அனேக நல்ல காரியங்களைச் செய்தான். கடைசியில் ஒருநாள் அவன் தூங்கி விழிக்கும் பொழுது, ஏதோ ஒரு புதிய உலகத்தில் இருப்பதைக் கண்டான். அங்கே அன்பே வடிவான ஒருவர், "வா, மார்டின் என்னை வரவேற்று இன்புறுத்தினாய். நான் உன்னை இங்கே வரவேற்கிறேன். அன்புறச் செய்கிறேன்" என்று வரவேற்றார்.

மனிதன் வாழ்வு அன்பு செய்வதற்கே என்பதை வெகு அழகாக எடுத்துக்காட்டும் அற்புதமான கதையை டால்ஸ்டாய் தந்திருக்கிறார்.

அன்பும் கருணையும் தயையும் உறையும் கோவிலே இதயம். மனிதனிடம் இவை அவசியம் இருக்கவேண்டும். இதைக் கலையழகுடன் சொல்கிறது பிருஹதாரண்ய உபநிஷத். மனிதனிடம் மூன்று விதமான குணங்கள் இருக்கின்றன. ஒன்று அசுர குணம். மற்றொன்று தேவ குணம். மூன்றாவது மானிட குணம். இதை உருவகப்படுத்திச் சொல்கிறது உபநிஷத். பிரஜாபதிக்கு மூன்றுவித மைந்தர்கள். அவர்கள் தேவர்கள், அசுரர்கள், மனிதர்கள். இவர்கள் தங்கள் கல்வி முடிந்தவுடன் தந்தையான பிரஜாபதியிடம் ஞானோபதேசம் பெறச் சென்றார்கள். முதலில் தேவர்கள் வந்தார்கள். குரு "தா" என்றார். தேவர்கள் தலையாட்டினர். புரிந்தது "தாம்யதா - தன்னை அடக்கிக்கொள்வதுதானே" என்று சொல்லிக்கொண்டே போனார்கள். பிறகு மனிதர்கள் வந்தார்கள். உபதேசம் செய்யுங்கள் என்று கேட்டுக்கொண்டார்கள். குரு மறுபடியும் "தா" என்றார். புரிந்ததா என்று கேட்டார். மனிதர்கள் தலையாட்டினார்கள். புரிந்தது. "தத்தா கொடுப்பதுதானே" என்று சொல்லிக்கொண்டு போனார்கள். கடைசியாக அசுரர்கள் வந்தார்கள். மறுபடியும் குரு "தா" என்றார். புரிந்தது. "தயா தயைதான்" என்று சொல்லிக்கொண்டு சென்றார்கள். குருவின் வார்த்தைகள் தா, தா, தா என்று எதிரொலித்தன. மனிதனுக்கு இன்றியமையாத குணங்கள், தன்னை அடக்கிக்கொள்வதும், பிறரிடம் தயை காட்டுவதும், பிறருக்குக் கொடுப்பதுமே என்று இக்கதை வற்புறுத்திச் சொல்கிறது. இதயம் என்பதிலேயே இந்த 'தா' என்பது இருப்பதினாலேயே மனிதனுக்கு முக்கியமாக இக்குணங்கள் தேவை என்று சொல்கிறது உபநிஷத்.

மனிதன் மனிதனாகவே வாழவேண்டுமானால், இதயம் உள்ளவனாக இருக்கவேண்டுமேயானால் அவன் கொடுத்துக்கொண்டிருக்க

வேண்டும். தன்னை அடக்கிக்கொண்டிருக்கவேண்டும். தயையும் கருணையும் அவன் இதயத்திலிருந்து சுரந்துகொண்டிருக்க வேண்டும்.

எல்லா சமயத் தலைவர்களும் பெரியோர்களும் மனிதன் இதயத்திலே அன்பைப் பெருக்கிக்கொள்ள வேண்டும் என்றார்கள். மன்னுயிரிடம் தன்னுயிரைப் போலவே அன்பு பூணவேண்டுமென்றார்கள். ஏசு சொன்னார். 'பிறரை உன்னைப் போலவே நேசி' என்றார். பக்கத்து வீட்டில், உயிருடனும் உடம்புடனும் இருக்கும் அண்டை வீட்டானிடம் அன்பு காட்டாமல், நமக்குக் கண்காணாமல் இருக்கும் கடவுளிடம் அன்பு செலுத்துகிறேன் என்பது பொருத்தமில்லாத விஷயம். பிறரிடம் அன்பு காட்டாதவன் அறநெறியைக் கடைப்பிடிக்க முயல்வது இயலாத காரியம். அன்பு வழியிலே போகிறவர்களுக்குத்தான் அருளும் கிடைக்கிறது. பிளாடினஸ் என்ற தத்துவஞானி சொன்னார்; 'நாம் சூரியனைப் பார்க்கவேண்டுமானால், சூரியனைப் போன்ற ஒளி நம் கண்ணிலே இருக்கவேண்டும். அத்தன்மை போலவே, நம் ஆன்மாவும் கடவுளைப் பார்க்கவேண்டுமேயானால், கடவுளின் தன்மை அந்த ஆன்மாவுக்கு வந்து சேரவேண்டும்' என்று சொல்லிவிட்டு ஆன்மா இந்த நிலை அடைவதற்கு வழி 'அன்பு' வழியே என்று சொன்னார்.

அன்பைக் காட்டி, நல்லது செய்யும் சந்தர்ப்பமிருந்தும் அதைச் செய்யாமல், ஒருவன் அறவழியிலே தான் போவதாகச் சொல்லிக்கொண்டும், எண்ணிக்கொண்டுமிருந்தால், அது அவனுக்கு நல்ல வழியைக் காட்டாது என்பதற்கு இரண்டு சன்யாசிகளுக்கு ஏற்பட்ட அனுபவத்திலிருந்து நமக்கு நன்றாக விளங்குகிறது. அதைப் பார்ப்போம்.

சாது சுந்தர் சிங் ஒரு சிறந்த கிறிஸ்துவ மெய்ஞானி. மகாசீலர். அன்பு கனிந்த உள்ளம் படைத்தவர். ஒரு சமயம் இமய மலையில் திபெத் பிரதேசத்தில் நடந்து போய்க்கொண்டிருந்தார். பனி கடுமையாகப் பெய்துகொண்டிருந்தது. குளிர் நடுக்கிக்கொண்டிருந்தது. பனிப்பாதையில் மிகவும் சிரமப்பட்டு நடந்து சென்று கொண்டிருந்தார். அவருடன் மற்றொரு பிரயாணியும் உடன் வந்துகொண்டிருந்தார். அவர் ஒரு புத்தபிக்ஷு. பாதையில் யாரோ ஒருவன் குளிரால் விறைத்துப் போய் படுத்துக்கொண்டிருந்தான். சாது சுந்தர் சிங் அந்த மனிதனிடம் சென்றார். அந்த மனிதனோ

உயிருக்கும் சாவுக்கும் ஊசலாடிக்கொண்டிருக்கிறான். இரவோ நெருங்கிக்கொண்டிருக்கிறது. ஒரு புயலும் வருவதற்கு அறிகுறி இருந்தது. சாது சுந்தர் சிங் தன்னுடன் வந்த பிரயாணியைப் பார்த்தார். புத்தபிக்ஷு அந்தப் பார்வையின் பொருளைப் புரிந்துகொண்டார்.

“நண்பரே. நீங்கள் ஏன் இந்த மனிதனுக்காகக் கவலைப்படுகிறீர்கள். அவனவன் விதிப்படி அவனவனுக்கு சுக துக்கங்கள் ஏற்படுகிறது. இந்த மனிதன் விதிக்குக் குறுக்கே நாம் ஏன் நிற்க வேண்டும்? புயல் வருவதற்குள் மடம் போய்ச் சேரலாம் வாருங்கள்” என்று சொன்னார்.

“ஐயா அன்பு, விதியை மாற்றும்” என்று சொல்லிக்கொண்டு, அந்த மனிதரைத் தோளில் போட்டுக்கொண்டு நடந்து சென்றார். பாதையோ கரடுமுரடான பனிப்பாதை. பாரமோ தூக்கமுடியாத பளு. சிரமப்பட்டுக்கொண்டு தள்ளாடித் தள்ளாடிச் சென்றார். மேல் மூச்சு கீழ் மூச்சு வாங்கியது. எப்படியோ மடத்தின் எல்லையை அடைந்தார். அங்கே பாதையோரத்தில் மற்றொரு உருவம் கிடந்தது. பக்கத்தில் வந்து அந்த உருவத்தைக் கண்டதும் சுந்தர் சிங் ஆச்சரியத்தால் திகைத்துப் போனார். அவர் தள்ளாடி வரும் பொழுது, முன்னேறிச் சென்ற புத்த பிக்ஷு குளிரால் விறைத்துப் போயிருந்தார். சாது சுந்தர் சிங்கிற்கோ, மனிதரைத் தூக்கிச் சென்ற வேகத்தினால், உடலிலே சூடேறி, கதகதப்பாகியிருந்தது. அந்த உழைப்பே அவர் உயிரைக் காப்பாற்றியிருந்தது. அன்போடு செய்த நற்காரியமே சாதுவிற்கும் இந்த மனிதனுக்கும் நல்ல பலனைக் கொடுத்தது. பரத்தில் மாத்திரம் பலன் இல்லை. இகத்திலும்கூட பலன் உண்டு என்று சொல்வது போல இருந்தது.

அன்பும் அதைச் செய்து முடிக்க ஆர்வமும் வேண்டுமென்பதைச் சொல்லி மனிதனுடைய அஞ்ஞானத்தைப் போக்குவதற்கு ஞான விளக்கை ஏற்றிக்கொடுத்த பூதத்தாழ்வாரின் பாசுரத்தையும் நாம் ஞாபகப்படுத்திக்கொள்ளலாம்.

அன்பே தகளியா ஆர்வமே நெய்யாக
இன்புருகு சிந்தை இடுதிரியா - நன்புருகி
ஞானச் சுடர் விளக்கு ஏற்றினேன் நாரணற்கு
ஞானத் தமிழ் புரிந்த நான்.
அன்பிலே. ஞானம் கொழுந்துவிட்டெறிகிறது.

கலை – அழகு

*தா*ன் என்ற கூட்டிலிருந்து தான் அல்லாத கூடுகளுக்குப் பாய்வது என்பது அரிய, பெரிய சாதனைதான். சுலபத்தில் நடக்கமுடியாத காரியமாகத்தான் தோன்றுகிறது. ஆனால் ஒவ்வொரு மனிதன் வாழ்விலும் அன்றாட நிகழ்ச்சிகளில் அப்பேர்ப்பட்ட விந்தைகள் ஏராளமாக நிகழ்வதைப் பார்க்கலாம். அதுதான் மனிதன் கலையிலிருந்து அடையும் அனுபவம், ரஸானுபவம், அழகு அனுபவம். தனக்கே வாழ்ந்துகொண்டு போகும் மனிதன், 'தான்' அற்ற ஓர் அனுபவத்தைச் சிறிது நேரமாவது அடைகிறானென்றால், அது அவன் கலையை அனுபவிக்கும் நேரத்தில்தான். பாம்பு சட்டையைக் கழட்டி எறிவதுபோல், தான் என்ற சட்டையைச் சிறிது நேரமாவது கழட்டி நிர்மலமாகும் நிலையைக் கலையில்தான் மனிதன் அடைகிறான். தன்னை மீறி தான் அற்ற நிலையை அடைவதற்கு முதற்படி கலையனுபவமே..

மனிதனுடைய இன்பம், துன்பம் என்பதெல்லாம் அவனவன் உலக வாழ்வில் அடையும் சுகம் துக்கங்களையும் வெற்றி தோல்விகளையும் விருப்பு வெறுப்புகளையும் பொறுத்து மாறிக்கொண்டே போகின்றன. இவைகளையெல்லாம் நிர்ணயிப்பது 'தான்' என்ற தன்மைதான். ஆனால் 'தான்' என்ற உணர்ச்சியின்றி ஒருவித இன்பத்தையும் ஆனந்தத்தையும் மனிதன் அடைவதற்கு கலை உதவுகிறது. இனிமையான கீதத்தைக் கேட்டு மெய்மறந்து நிற்கும் பொழுதோ, சிறந்த இலக்கியத்தில்

திளைத்து ரஸிக்கும் பொழுதோ, அழகான காட்சியைக் காணும் பொழுதோ, பற்றற்ற அனுபவத்தைத்தான் அடைகிறான். இந்த நிலை சிறிது நேரம்தான் நிலைக்கிறது என்பதுண்மையே. ராமனையும் அரிச்சந்திரனையும் பற்றி புராணம் கேட்டுக்கொண்டு இருக்கும் பொழுது, அந்த மகாவீரர்களின் செயல்கள் சிறிது நேரமாவது மனத்தை உயர்த்திவிடுகின்றன. ஆனால், புராணம் முடிந்து வீட்டிற்கு வந்தவுடன், எப்பொழுதும் போல் மனம் தன் சொந்த விஷயங்கள், இழிதொழில்கள், சிறுமையான செயல்கள், நியாயமில்லாத காரியங்கள், இவைகளில் முனைந்து வேலை செய்யத் தொடங்கிவிடுகிறது. புராணம் கேட்கும் பொழுதுள்ள மனநிலைவேறு. சொந்த லாபத்துக்காக இழிவான காரியத்தைச் செய்யும் நிலை வேறு. ஒன்றுக்கொன்று முற்றிலும் மாறுபட்ட நிலைகள்.

இந்த இரண்டு நிலைகளையும் சுவேதாச்வதார உபநிஷத்தில் வெகு அழகாக வர்ணிக்கப்பட்டிருக்கிறது. ஒரு மரத்தில், இணை பிரியாத இரண்டு அழகான பட்சிகள் உட்கார்ந்துகொண்டிருக்கின்றன. அவைகளில் ஒன்று பழங்களைச் சுவைத்துக்கொண்டிருக்கின்றது. மற்றொன்று எட்டி நின்று பார்த்துக்கொண்டேயிருக்கிறது. மனிதனுடைய இரண்டு நிலைகளையும் உருவகப்படுத்திக் காட்டுகிறது இந்தக் கதை. மனிதன் பழத்தைச் சுவைக்கும் பறவையைப் போல, வாழ்க்கையில் ஈடுபட்டு அதன் சுகதுக்கங்களில் ஈடுபடுகிறான். ஆனால், அதே மனிதன் வாழ்க்கையில் ஈடுபட்டு நிற்காமல், தான் என்ற நிலையற்று பரம்பொருளின் தன்மையடைவதற்கு, மற்றொரு பறவையைப் போல், அவன் விலகி நின்று இருத்தல் அவசியமாகிறது.

மனிதன் ஒரு மனிதன் அல்ல, இரட்டை மனிதன் என்று கற்பனை செய்துகாட்டினாரல்லவா ஸ்டீவன்ஸன். மனிதனிடம் இரண்டு குணங்கள் எப்பொழுதும் இருக்கத்தான் செய்கின்றன. தனக்காக வாழ்வது என்பது பொதுவான இயல்பாக எல்லோராலும் நினைக்கப்பட்டு வருகிறது. தனக்காகவன்றி பற்றற்ற நிலையில் இருப்பதும் மனிதன் உள்ளத்தில் அடித்தளத்தில் இருக்கிறது. ஆனால் அதை மேலே கொண்டுவந்து காட்டும் விந்தையைத்தான் கலை செய்கிறது.

இந்த இரட்டை வாழ்க்கையின் தன்மையை நிதர்சனமாக நாம் நடிப்புக்கலையில் காணமுடிகிறது. நடிகன் நடிக்கிறான்.

நடிக்கும் பொழுது சிரிக்கிறான், அழுகிறான், கோபிக்கிறான், காதல் புரிகிறான். அந்தப் பாத்திரத்துடன் ஒன்றுபட்டு, அதன் கஷ்ட சுகங்களைத் தன்னதாக்கிக்கொள்கிறான். ஆனாலும், இவைகளுக்கெல்லாம் அடிப்படையில் உள் உணர்விலே அவனுக்கு நன்றாகத் தெரியும். இந்தக் கோபம், துக்கம், அவமானம், பரிகாசம், எல்லாம் என்னைச் சேர்ந்ததல்ல. நான் போட்டிருப்பது வெறும் வேஷம். பைத்தியக்காரன், பிச்சைக்காரன், சக்ரவர்த்தி, முனிவன், இப்படி எந்த உருவத்தில் வந்தாலும் நான் அவர்கள் ஆகிவிடவில்லை. நான் 'நானே'தான் என்ற சுயஉணர்வு இருந்துகொண்டேயிருக்கிறதல்லவா. இப்படி விலகி நிற்கும் ஓர் அற்புத நிலையில்தான் கலை பிறக்கிறது. அது எப்படி?

ஒருவனுடைய வீடு நெருப்புப் பற்றி எரிகிறது. அவன் பொருள்கள் நாசமாகி எரிந்துகொண்டிருக்கின்றன. அப்பொழுது அவன் மனவருத்தத்தால் 'குய்யோ முறையோ' என்று கூக்குரலிடுகிறான். அவன் கஷ்டப்படுவதைப் பார்க்கும்பொழுது எல்லோருக்கும் அவன் பேரில் அனுதாபம் ஏற்படுகிறது. ஆனால், ஒருவரும் இதை அருமையானதொரு கலைக்காட்சியாகக் கொள்ளமாட்டார்கள். ஆனால் இதைப்போல் ஒருவன் நடித்துக் காட்டி, மக்கள் மனத்தில் அனுதாபத்தை உண்டுபண்ணச் செய்தால் அப்பொழுதுதான் அது கலையாகிறது. வெறும் உணர்ச்சி மாத்திரம் கலையம்சத்தை அடைவதில்லை. தான் வேறுபட்டு, அமைதியில் பிறக்கும் உணர்ச்சிதான் கலையின் உருவத்தை அடைகிறது. வொர்ட்ஸ்வர்த் சொன்னான், *'Emotion recollected in tranquility'* 'சாந்தியில் நினைவு கொள்ளப்பட்ட ரஸபாவம்' என்று. அது ஒரு பெரிய உண்மையைத்தான் நமக்கு எடுத்துக்காட்டுகிறது.

வெறும் உணர்ச்சி பல உருவங்களில் மனிதனிடமிருந்து வெளிவருகிறது. அது பார்ப்பவர்களுக்குப் பலதரப்பட்ட உணர்ச்சிகளையும் ஊட்டலாம்.

ஆனால், 'சாந்தி'யின் பொன்மெருகேற்றப்படும் பொழுது உணர்ச்சியின் தன்மைகள் முறிந்து மாறுபட்டுவிடுகின்றன. துக்கமயமான காட்சியிலும் கனிவு கலந்த இன்பம் ஏற்படுகிறது. கோபம் கலந்த காட்சியிலும் கருணை பிறக்கிறது. ஒரு சிறு உதாரணம் பார்க்கலாம். ஸ்பெயின் தேசத்தில் பிறந்து, பிரான்ஸ் தேசத்தில் இருந்துவரும் பிகாஸோ என்ற மாபெரும் கலைஞர்

ஒரு அருமையான சித்திரத்தை வரைந்திருந்தார். 'கோர்னிகா' என்ற கிராமத்தை ஜர்மானியர் குண்டு வீசி நாசம் செய்ததை, மாட்டுச் சண்டையைப்போல் உருவகப்படுத்தி வரைந்திருந்தார். மிருகத்தையும், மூர்க்கத்தையும், கொடூரத்தையும் அழகாகக் காட்டியது சித்திரம். அந்தப் படத்திற்கும் 'கோர்னிகா' என்ற பெயரையே சூட்டியிருந்தார். பிரான்ஸ் தேசம் ஜர்மன் ஆக்ரமிப்பிற்குள் வந்தவுடன், ஒரு ஜர்மானியன் வெகு ஆத்திரத்துடன், அந்தப் படத்தை எடுத்துக்கொண்டு பிகாஸோவிடம் ஓடிவந்தான். கோப வெறி கொண்ட கண்களுடன் பிகாஸோவைப் பொசுக்குவது போல் பார்த்தான். ஜர்மானியன் படத்தைக்காட்டி பிகாஸோவைக் கேட்டான். "இதை நீ செய்தாயா?" என்றான். பிகாஸோவின் முகத்தில் ஒரு மாறுதலும் தோன்றவில்லை. பிறகு, அவமதிக்கும் முறையில் முகத்தைக் காட்டி, "இல்லை நீ செய்தாய்" என்றார். ஜர்மானியர்கள் செய்த அதிக்ரமத்தைச் சுட்டிக்காட்டினார் பிகாஸோ. ஜர்மானியர் கோர்னிகாவை பலவந்தமாகப் பிடித்தார்கள். பிகாஸோ, அதைச் சித்திரத்தில் காட்டினார். இரண்டு பேர்களும் ஒரே காரியத்தைத்தான் செய்தார்கள். ஆனால், அதில் ஒருவன் அழித்தான், மற்றவன் ஆக்கினான். ஒருவன் துன்பத்தைப் பெருக்கினான், மற்றவன் இன்பத்தைப் பெருக்கினான். ஒருவன் கசப்பைப் பெருக்கினான், மற்றவன் கருணையைப் பெருக்கினான். இது கலை செய்யும் அற்புதமான ரசவாதம். இத்தன்மைதான் வாழ்விலே கலையின் அவசியத்தை நமக்குக் காட்டுகிறது.

வாழ்விற்குக் கலை அவசியமா என்று ஆராய்வது பெரிய பிரச்னையாகத்தான் வந்து முடியும். மேல்நாட்டு ஞானியான பிளேட்டோ, நிழலின் நிழலான கவிதையால் பிரயோசனம் ஒன்றுமில்லையென்றார். கலைக்காகவே, வாழ்ந்தும் சிந்தித்தும் வந்த அஸ்கார் ஒயில்ட், கலையினால் ஒன்றும் பிரயோசனமில்லை என்று சொல்லியிருக்கிறார். வேறு சில அறிஞர்கள் மனிதனுடனும் வாழ்க்கையுடனும் ஒட்டாத ஒன்றும் உலகத்தில் இருக்கத் தேவையில்லை, கலையின் பயன் வாழ்க்கையின் பயன்தான் என்று அழுத்தமாகச் சொல்லியிருக்கிறார்கள். 'கலை கலைக்காக' என்பது இல்லை. கலை வாழ்க்கைக்காகத்தான் என்றும் அவர்கள் சொல்லுகிறார்கள். மனிதன் தேடுவது, மனிதன் வாழ்க்கைக்கு அவசியமான, உணவு, உடை, இருக்கும் இடம், இவைகளுடன்

முடிந்துவிடுவதில்லை. அவன் வேறு சில பொருள்களையும் தேடுகிறான். சத்யம், சிவம், சுந்தரம் என்பவைகளையும் அவன் தேடி அலைகிறான் என்றும் சில அறிஞர்கள் சொல்லியிருக்கிறார்கள். மனிதன் வாழ்விற்கு உணவு, உடை முதலியவை எப்படி அவசியமாகிறதோ, அப்படியே இவை மூன்றும் அவசியம் என்பதை அனேக பெரியோர்கள் சொல்லியிருக்கிறார்கள். வாழ்க்கையில் நடத்திக்காட்டியிருக்கிறார்கள், சத்யம், சிவம் (நல்லது) இவைகளைப்பற்றி முன்பே ஆராய்ந்திருக்கிறோம். சுந்தரம் என்பது எதைப்பற்றியது என்பதைச் சிறிது கவனிப்போம்.

'கலை' என்பதைப் பற்றி எவ்வளவு மாறுபாடான கொள்கைகளும் அபிப்பிராயங்களும் இருக்கின்றனவோ, அதைப்போலவே, அழகு என்பதைப் பற்றியும் ஒருமுகமான கொள்கை இருந்ததேயில்லை. 'சௌந்தர்யம்' என்பதை ஆராய்வதே ஒரு தத்துவ தரிசனமாக மேல்நாட்டு ஞானிகள் கையாண்டிருக்கிறார்கள். 'அழகு' என்பதின் சூக்ஷ்மத்தை மேல்நாட்டினர் போல் நம் நாட்டு அறிஞர்கள் கையாளவில்லை. கலைக்கு ஜீவனாக நின்ற 'ரஸம்' என்பதைப் பற்றி வெகுவாக அலங்கார சாஸ்திர ஆசிரியர்கள் அலசிப் பார்த்திருக்கிறார்கள்.

'அழகு' என்பதுதான் எத்தன்மையது? தேசந்தோறும் இதைப்பற்றிய கொள்கைகள் மாறியிருக்கின்றன. சிறந்த ரஸிகரும் கலை நுட்பம் தெரிந்தவருமான ரஸ்கினுக்குக்கூட இந்தியக் கலையின் நுட்பம் புரியவில்லை. அவரைப் போலவே வேறு சில ஆராய்ச்சியாளர்கள், அருவருக்கத்தக்க உணர்ச்சிகளையும், அர்த்தமற்ற பாவங்களையும் வெளிக்காட்டுவதாக எழுதியிருக்கிறார்கள். இதற்குக் காரணம், அந்த அறிஞர்களுக்கு இந்தியத் தத்துவங்களிலும், ஆத்மிக உண்மைகளிலும், கலா ஸம்பிரதாயங்களிலும் பரிச்சயமில்லாததுதான். இவைகளில் நன்கு ஊறித் திளைத்த ஆனந்த குமாரசுவாமி, ஹென்ரிக் ஜிம்மர் போன்றவர்கள் இந்தியக் கலைத் தத்துவங்களை வெகு அழகாக விளக்கியிருக்கிறார்கள். கலையிலும் அழகுத் தத்துவங்களிலும் ஒரேவித மனப்பான்மை இருப்பதென்பது சாத்தியமில்லை. நீக்ரோக்கள், சீனாக்காரர்கள், இந்தியர்கள், ஐரோப்பியர்கள், அஸ்பெக்ஸ், இவர்கள் எல்லோருக்கும் பொருத்தமான அழகுக் கொள்கை இருப்பது நடைபெறாத காரியம்.

'அழகு' என்றதொரு அனுபவம் எதனால் ஏற்படுகிறது. தோற்றத்தில்

இருக்கும் ஒழுங்குமுறையில் ஏற்படுவதா? அல்லது உள்ளத்தில் ஏற்படும் ஒழுங்குமுறையில் ஏற்படுவதா? உருவ அமைப்பில் உள்ளதா? குண அமைப்பில் இருக்கிறதா? நம் நாட்டின் அழகுத் தத்துவத்தை ஒரு வார்த்தையில் சொல்லிவிட்டான் கம்பன். 'பொற்பில் நின்றன பொலிவு'. அருங்குணங்களிலே அழகு தங்கி நிற்கிறதாம். வெளித்தோற்றத்தில் இயங்கும் அழகு மாத்திரம் அழகல்ல. உள் இயங்கும் குண சௌந்தர்யமும் ஆத்மிக அழகுமே அழகு என்றுதான் அதன் பொருள். அதை விளக்கும் ஒரு சிறு கதையைப் பார்ப்போம்.

சிறு பெண் ஒருத்தி தன் தாயுடன் வசித்து வந்தாள். தாய் பெண்ணை மிகுந்த அன்புடன் போற்றி வளர்த்து வந்தாள். ஆனால் பெண்ணிற்கு மாத்திரம் மனத்திலே ஒரு பெரும் குறை இருந்துவந்தது. தாயாருடைய வலது கை, சூம்பி, வாடி, கரடுமுரடாக விகாரமாக இருந்தது. அந்தப் பெண்ணின் தோழிகள், இவளைப் பார்க்கும் பொழுதெல்லாம், 'விகாரமான கையுடையவளின் மகள்' என்று சொல்லி ஏளனம் செய்வார்கள். அதைக் கேட்டு இந்தப் பெண் மனம் புழுங்குவாள். 'இந்தத் தாயினால் எனக்கு எவ்வளவு அவமானம்' என்று நினைத்து வருந்துவாள். ஒருநாள் அவள் தாயிடம் கேட்டாள். "அம்மா, இந்தக் கை பிறக்கும் பொழுதே இப்படித்தானிருந்ததா அல்லது பிற்காலத்தில் ஏதாவது நோயினால் ஏற்பட்டதா?" என்று கேட்டாள்.

மகளை அன்புடன் தழுவிக்கொண்டு தாய் சொன்னாள். "மகளே பிறக்கும் பொழுது, என் கை மற்றவர் கைகளைப்போல அழகாகத்தானிருந்தது. நீ சிறு குழந்தையாக இருந்த பொழுது, உன்னை வீட்டில் விட்டுவிட்டுத் தண்ணீர் கொண்டுவர வாசல் பக்கம் போயிருந்தேன். திரும்பி வரும்பொழுது, வீடு பற்றியெரிந்துகொண்டிருந்தது. நான் பதைபதைக்கும் நெஞ்சுடன் உள்ளே ஓடிச்சென்று உன்னைத் தூக்கிக்கொண்டு விரைவில் வெளியே வந்தேன். நல்ல வேளையாக உனக்கு ஒன்றும் நேரிடவில்லை. ஆனால் பற்றி எரிந்துகொண்டிருந்த ஒரு மரத்துண்டு என் கையில் விழுந்து கையைப் பொசுக்கிவிட்டது. அதனால்தான் என் கை இப்படி ஆகியிருக்கிறது" என்றாள். பெண் கேட்டாள். வாயில் வார்த்தை வரவில்லை. ஆனால் கண்ணில் நீர் ஊற்றைப்போல் பெருகி வந்தது. தான் அவ்வளவு நாள் அருவருப்புடன் நினைத்துவந்த அந்தக் கையை அன்புடன் பற்றினாள். கண்ணில் ஒற்றிக்கொண்டாள். "என்ன அழகான

கை” என்று சொன்னாள்.

இக்கருத்தையே தாகூர் ஒரு கவிதையில் மிக அழகாகச் சித்திரித்துக் காட்டியிருக்கிறார். பார்வதி தன் யௌவனத்தின் சோபையினாலும், காமனுடைய பாணங்களினாலும் பரமேஸ்வரனுடைய மனத்தை வென்றுவிடவில்லை பட்டினியாலும் தவத்தின் உடலை உருக்கும் அருஞ்செயல்களாலும் தன் உடல் அழகை இழந்து தவத்தின் ஆத்மிக அழகை அடைந்த பொழுதே ஈசன் அவளை நோக்கி வந்தான் என்று விளக்கம் சொன்ன தாகூர் ‘அழைப்பு’ என்றதொரு கவிதைச் சித்திரத்தில் பின்வரும் கதையை வருணிக்கிறார்.

உள்ளும் புறமும் தவத்தால் ஜ்வலிக்கும் காந்தியையுடைய உபகுப்தன், பிச்சைப் பாத்திரத்தை ஏற்றுத் தெருவில் போய்க்கொண்டிருக்கிறான். எதிரே அழகே உருவெடுத்த தாசி வாசவதத்தை வந்துகொண்டிருந்தாள். உபகுப்தனைப் பார்த்தாள். உலக வாழ்க்கையைத் துறந்து நிற்கும் யௌவனத் தவசியின் பொலிவையும் முகத்தின் ஒளியையும் பார்த்தாள். ‘இந்த உடலை யார் யாருக்கெல்லாமோ விற்றிருக்கிறேனே. இந்த யௌவன சந்யாசிக்கு ஏன் அர்ப்பணம் செய்யக்கூடாது’ என்று எண்ணியவளாய், “சுவாமி, என் வீட்டிற்கு வந்து என் பிக்ஷயை ஏற்றுக்கொள்ளுங்கள்” என்று அழைத்தாள். “ஒருநாள் வருகிறேன்” என்றான் உபகுப்தன்.

வருஷங்கள் உருண்டோடின. வாசவதத்தை யௌவனத்தை இழந்தாள், அழகை இழந்தாள். அவளிடம் பிரகாசித்த காந்தி அவிந்தது. உடல் நோயுற்றது. பொருள்கள் இருந்தவிடம் தெரியாமல் போய்விட்டன. பிணியாலும் வறுமையாலும் அவமானத்தாலும் வாடும் வாசவதத்தை, ஓர் இரவு ஆயாசத்துடன் வழியிலே விழுந்து கிடக்கிறாள். அந்த கும்மிருட்டில் போய்க்கொண்டிருக்கும் வேறு யாரோ அவளைத் தெரியாமல் மிதித்துவிட்டு, “ஐயோ யாரது” என்று பரிவுடன் கேட்டார். “நான்தான் வாசவதத்தை” என்றாள் அவள். “தாயே, நான் வந்துவிட்டேன். உன் அழைப்பை ஏற்றுக்கொண்டு உன்னைத் தேடி வந்துவிட்டேன்” என்று அவளை அழைத்துச் சென்று தன் ஆசிரமத்திற்குச் சென்றான். அவள் பிரசித்த பௌத்த பிக்ஷுணி ஆனாள்.

எந்த விதமாகப் பார்த்தாலும் வாழ்வின் ஆணி வேர்கள் தார்மிகமும் ஆத்மிகமும் என்பதற்குப் பலவித கோணங்களிலிருந்தும்

நமக்கு முன்னோர்கள் அறிவுரைகளும் ஆதாரங்களும் கொடுத்திருக்கிறார்கள். குழந்தையும் கடவுளும் ஒன்றென்பார்கள். இந்த தர்மத்தின் அடிப்படையையே, சத்யம், சிவம் சுந்தரம் என்ற மூன்று முகங்களைக் கொண்டிருந்தாலும் மூர்த்தி ஒன்றுதான் என்ற கருத்தையே, தன்னிலிருந்து தான் அற்ற நிலைக்குக் கூடு விட்டுக் கூடு பாயும் தன்மையையே, ஒரு குழந்தை உள்ளத்தின் மூலம் நமக்குச் சித்திரித்துக் காட்டுகிறார் ஒரு கதாசிரியர்.

அந்தி வேளையிலே, வான வெளியிலே, ஒரு நட்சத்திரம் உதயமாகிறது. வெள்ளை மனதுடையதொரு குழந்தை கேட்டது, "நட்சத்திரம் எப்படியப்பா பிறக்கிறது" என்று. தகப்பன் பி. ஏ. பட்டதாரி. ஆனால் ஈஸ்வர சிருஷ்டியின் ரகஸ்யத்தையோ அல்லது குழந்தை உள்ளத்தின் ரகஸ்யத்தையோ அறிவாரா? அவர் சொன்னார். "நாம் சத்யத்தைப் பேசுவதால், ஒவ்வொரு தரம் உண்மையைப் பேசும் பொழுதும் ஒரு நக்ஷத்திரம் பிறக்கிறது" என்றார். குழந்தை பதிலைக் கேட்டுத் திருப்தியடைந்து வெளியே விளையாட ஓடிவிட்டது.

சிறிது நேரம் கழித்து, குழந்தை இரும்பை உருக்கும் குரலில் அப்பா என்று கதறிக்கொண்டு வந்தது. தந்தையின் உள்ளம் பதறியது. குழந்தையை இரு கைகளாலும் வாரி அணைத்துக்கொண்டார். "என்னடா கண்ணு, ராசாத்தியல்லவா, என் ரோகிணிக் குஞ்சை யார் என்ன செய்தார்கள்" என்று தோளில் சாத்திக்கொண்டு கேட்டார் தகப்பனார்.

"அப்பா, எனக்குத் தெரிஞ்சுபோச்சு" என்று விக்கல்களுக்கும் விம்மல்களுக்கும் இடையே சொன்னாள் குழந்தை.

"என்னடா தெரிஞ்சுபோச்சு?"

"அப்பா, நம் ஊரிலே யாரோ ஒருவர் பொய் சொல்லிவிட்டார்."

"ஏன் அம்மா, உனக்கு அப்படித் தோன்றுகிறது?"

"நீதானே அப்பா, சொன்னே. நாம் ஒரு உண்மை சொன்னால் ஒரு நட்சத்திரம் பிறக்கிறதென்று. ஒரு நட்சத்திரம் கீழே விழுந்தால் யாரோ பொய் சொல்லிவிட்டார் என்றுதானே அர்த்தம். சுவாமியின் மனசு அப்போ எப்படியப்பா இருக்கும்" என்று அழத் தொடங்கியது குழந்தை. (பி. எஸ். ராமையாவின் 'நக்ஷத்திரக் குழந்தைகள்')

மனிதனுக்கு வெகுதூரத்திற்கு அப்பால், எல்லையற்ற வானவெளியிலிருந்து, ஒரு நக்ஷத்திரம் விழுவதற்கு ஒரு குழந்தை கண்ணீர் விட்டு அழுகிறது. ஒருவன் பொய் சொல்லிவிட்டான், அதன் காரணமாக நட்சத்திரம் விழுந்துவிட்டது என்பதற்கு அழுகிறது. 'ஒரு குழந்தை அழும் பொழுது பிரபஞ்சத்தின் தோற்றமே விகாரமடைகிறது' என்கிறார் ஆஸ்கார் ஒயில்ட்.

குழந்தையின் வேதனையே கலையின் தத்துவம். நட்சத்திரத்தையும் கவ்விப் பிடிக்கும் குழந்தையின் அன்பிலே, கலைக்கு இலக்கியத்தையும் இலக்கணத்தையும் காணலாம். அந்த வேதனையிலேயே, சத்யம், சிவம், சுந்தரம் என்பதின் தத்துவத்தையும் காணலாம். இந்தக் குழந்தையின் வேதனை எதற்காக? சத்யம் தவறிவிட்டது என்பதற்காகவா? பகவான் குழந்தைகளில் ஒன்றான நக்ஷத்திரக் குழந்தை விழுந்ததனால், கடவுள் வேதனைப்படுகிறார் என்பதற்காகவா? சிருஷ்டி சௌந்தர்யத்திலே ஒரு புண் ஏற்பட்டுவிட்டது என்பதற்காகவா? குழந்தையின் உள்ளத்தையும் கடவுளின் திருவுள்ளத்தையும் யார் அறிந்துகொள்ள முடியும். ஆனால், குழந்தையின் வேதனையில், பிரபஞ்சத்தையே கவ்விக்கொண்டு, அதனோடு ஒன்றிவிடும் ஒரு தத்துவத்தையும் காணலாம். 'தத்துவம் அஸி' என்கிறது மகா வாக்கியம். அது 'நீ' என்று உணர்தல் வேண்டும். நமக்குக் கண்ணில் தோன்றுவது, தோன்றாதது எல்லாம் நாமே என்ற ஞானம் சித்தியாவதற்கு சாதனைகள் வேண்டும். அதற்கு கலை நமக்கு முதல் சாதனமாக வந்து, 'சத்யம், சிவம், சுந்தரம்' என்ற திரிவேணி சங்கமத்திற்கு நம்மை அழைத்துச் செல்கிறது.

கயிற்றரவு

'**க**ள்ளிப்பட்டியானால் என்ன? நாகரிக விலாசமிகுந்தோங்கும் கைலாசபுரம் ஆனால் என்ன? கங்கையின் வெள்ளம் போல, காலம் என்ற ஜீவநதி இடைவிடாமல் ஓடிக்கொண்டேயிருக்கிறது. ஓடிக்கொண்டே இருக்கும். தயிர்க்காரி சுவரில் புள்ளி போடுகிற மாதிரி நாமாகக் கற்பனை பண்ணிச் சொல்லிக்கொள்ளும், ஞாயிறு, திங்கள், செவ்வாய்க் கிழமைகள் எல்லாம் அடிப்படையில் ஒன்றுதானே. பிளவு - பின்னம் விழாமல் இழுக்கப்பட்டு வரும் ஒரே கம்பி இழையின் தன்மைதானே பெற்றிருக்கின்றது, இல்லை - சிலந்திப்பூச்சி தனது வயிற்றிலிருந்து விடும் இழைபோல நீண்டுகொண்டே வருகிறது. இன்று - நேற்று - நாளை என்பது எல்லாம் நம்மை ஓர் ஆதார எண்ணாக வைத்துக்கொண்டு கட்டி வைத்துப் பேசிக்கொள்ளும் சவுகரியக் கற்பனைதானே! நான் என்ற ஒரு கருத்து அதனடியாகப் பிறந்த நானல்லாத பல என்ற பேத உணர்ச்சி, எனக்கு முன் எனக்குப் பின் என்று நாமாக வக்கணையிட்டுப் போட்டுக்கொண்ட வரிகள்... இவையெல்லாம் எத்தனை தூரம் நிலைத்து நிற்கும். நான் என நினைக்கும், நினைத்த, நினைக்கப் போகும் பல தனித்துளிகளில் கோவை செய்த நினைப்புத்தானே இந்த நாகரிகம். காட்டு வாழ்வு என்ற வாசனையை ஒட்டி மனசு இழைத்து இழைத்துக் கட்டும் மணற்சிற்றில்தானே இந்த நாகரிகம்... மகாகாலம் என்ற சிலந்தியின்

அடிவயிற்றிலிருந்து பிறக்கும் ஜீவநதியின் ஓரத்தில் கட்டிவைத்த மணற்சிற்றில் என்ன அழகான கற்பனை என்று உச்சிப்போதில் பனை மூட்டினடியில் குந்தி உட்கார்ந்திருந்த பரமசிவம்பிள்ளை நினைக்கலானார்.'

இந்தப் பரமசிவம் பிள்ளை யார்? இவர் நண்பர் புதுமைப்பித்தனின் கதாபாத்திரம். பரமசிவம்பிள்ளை பனைமூட்டினடியில் நல்ல வெயில் வேளையில் குந்தியபடி தன் உபாதையைத் தீர்த்துக்கொண்டே வாழ்க்கையின் தத்துவத்தைப்பற்றி சிந்தித்துக்கொண்டிருக்கிறார். அப்பொழுது ஒரு பாம்பு அவரைக் கடித்துவிடுகிறது. அவர் பிராணன் போய்விடுகிறது.

"நான் ஓடினால் காலம் ஓடும். நான் அற்றுப்போனால் காலம் அற்றுப்போகும். காலம் ஓடுகிறதா? ஞாயிறு, திங்கள் செவ்வாய்... நான் இருக்கும் வரைதான் காலமும். அது அற்றுப்போனால் காலமும் அற்றுப்போகும். வெறும் கயிற்றரவு.

பரமசிவம்பிள்ளை எங்கே?"

நான், காலம் என்ற அறிவின் மயக்கத்தை வெகு அழகாகவும் ஆழமாகவும் வருணித்திருக்கிறார் புதுமைப்பித்தன். தோற்றம், உண்மை என்பதைப் பற்றிய ஆராய்ச்சி மிகவும் விரிவானது. ரஸமானது. பாம்பைப் பழுதாகவும், பழுதைப் பாம்பாகக் காண்பதும் இரண்டும் ஒருவித மயக்கம்தான். பாம்பைப் பாம்பாகவும் பழுதைப் பழுதாகவும் காணும் பொழுதுதான் நாம் உண்மையைக் காண்கிறோம். இப்படி மயக்கந்தரும் தோற்ற நிலையைப்பற்றி மற்றொரு காட்சியைப் பார்க்கலாம். க.நா. சுப்ரமண்யம் 'ஒருநாள்' என்ற நாவலில் இந்தக் காட்சியை வருணிக்கிறார்.

கதாநாயகன் மூர்த்தி விடியற்காலையில் வாசலுக்கு வந்து வெளியே பார்க்கிறான். 'காலை வானம் வெளிறிட்டுக் கிடந்தது. வானத்து வெளியிலே, பரந்து நின்ற மூங்கிற்புதர் அழகாகக் காட்சியளித்தது. லேசான காற்றிலே அது அசைந்தாடியது, ஏதோ ஓர் இன்ப உணர்ச்சியை ஊட்டியது அவனுக்கு. உலகம் என்கிற சிலுவையிலே மாலை நேரத்திலே அறையப்பட்டு காலை வேளையிலே உயிர் நீத்துக்கொண்டிருக்கும் ஏசுபகவானாகக் கண்டான் அவன் மூங்கிற்புதரை.'

ஆனால் சிறிது நேரம் கழித்தவுடன் ஆற்றங்கரைக்குப் போகும் பொழுது, கிழக்கு மேற்காக இருந்து தெருவிலே சூரிய வெளிச்சமும் நீண்ட நிழல்களும் தோன்றத் தொடங்கிவிட்டன.

'தெருக்கோடி மூங்கிற்புதர் இப்போது ஏசுவாகவோ நிழலுருவாகவோ காட்சி தரவில்லை. மூங்கிற்புதராகவே காட்சியளித்தது. சிறு சிறு இலைகளும் கோணலும் மாணலுமாக இருந்த முட்களும் உலர்ந்து பழுப்பேறிய பகுதியும் பசுமை தாங்கிய பகுதியுமாகக் காட்சியளித்தது.'

மூங்கிற்புதரைப் பார்த்துவிட்டு ஏசுவை எண்ணி இரண்டு நிமிஷம் தான் பிரமித்தது மேஜர் மூர்த்திக்கு ஞாபகம் வந்தது.

பழுதையும், பாம்பும் என்று அவன் படித்திருந்தான். மூங்கிற்புதருக்கும், ஏசுகிறிஸ்துவுக்கும் முடிச்சுப்போட முடியும் என்று அவன் அதற்கு முன் எண்ணியதில்லை.

காலை இளஞ்சூரியனின் வெளிச்சத்திலே மூங்கிற்புதர் மூங்கிற்புதராகவே காட்சி அளித்த மாதிரி தினத்தில் ஒரு நாழிகை, ஒரு வேளை, ஒரு பொழுது, மனிதர்கள் தாங்கள் உண்மை சொரூபத்துடன் காட்சியளிப்பது என்று ஏற்பட்டுவிட்டால் உலகமே மாறிவிடும் என்று தோன்றிற்று அவனுக்கு.

மனிதன் 'தான்' என்ற நிலையில் இருப்பதுகூட அந்தமாதிரியான ஒரு மயக்க நிலைதான் என்று பெரியவர்கள் சொல்லியிருக்கிறார்கள். 'நான், நீ' என்று பாகுபடுத்திக்கொள்ளச் செய்யும் ஒரு சுய உணர்வு இருக்கிறதே, அந்த நிலையும் மேற்சொன்னது போன்றதுதான் என்றார்கள். ஒவ்வொரு பானையிலுள்ள ஜலத்திலும் தனித்தனியே ஒரு சூரியனுடைய பிம்பம் இருக்கிறது. ஆனால் இவைகள் யாவும் ஒரு சூரியனுடைய பிரதிபிம்பங்களேயொழிய பல சூரியர்கள் ஆகமாட்டா என்று உதாரணங் காட்டியிருக்கிறார்கள்.

'மாயை' என்ற சொல்லிற்கே 'அது இல்லை' என்று பொருள். எது இல்லை? நம்முடைய ஐம்புலன்களாலும் ஞானேந்திரியங்களாலும் அறிந்துகொண்டிருப்பது உண்மையின் ஒரு பொய்யான தோற்றமே தவிர உண்மையில்லை என்பதுதான். நாம் தினசரி வாழ்க்கையில் தோற்றத்திற்கும் உண்மைக்கும் உள்ள வேற்றுமைகளை அனேக தடவைகள் கண்டிருக்கிறோம். ஒரு ரயில் வண்டியில் உட்கார்ந்திருக்கும் பொழுது எதிரே நின்றுகொண்டிருக்கும் வண்டி

நகர்ந்து சென்றால், நம் வண்டி போவது போன்ற ஒரு பிரமை ஏற்படுகிறது. ஆனால் மறுபக்கத்தைத் திரும்பிப் பார்க்கும் பொழுது நம் வண்டி நகரவில்லை என்பது தெரிகிறது. 'தார்' போட்ட ரஸ்தாவில் நல்ல வெயில் காய்ந்துகொண்டிருக்கும் பொழுது, தூரத்திலிருந்து பார்த்தால் தண்ணீர் தேங்கியிருப்பதுபோல் ஒரு தோற்றம் ஏற்படுகிறது. ஆனால் நெருங்கிப் பார்த்தால் கொதிக்கும் தார் ரோடுதானிருக்கும். நாம் ஆகாயத்தில் பார்த்து ஆனந்தப்படும் வானவில்கூட ஒரு அழகான உருவெளித் தோற்றம்தான் என்று விஞ்ஞானிகள் சொல்லவில்லையா? அதைத்தான், 'நீ பார்க்கும் தோற்றம் ஒரு பிரமை. அது உண்மையல்ல' என்றார்கள் தத்துவதர்சிகள்.

உலகம் 'மாயை' என்ற தத்துவத்தைச் சிலர் சோம்பேறிவாதமாகவே எண்ணிக்கொண்டிருக்கிறார்கள். உலகம் மாயை. ஆகவே எல்லாம் பொய். அதனால், ஒருவரும் ஒன்றும் செய்யவேண்டியதில்லை என்று சோம்பேறித் தத்துவத்தைக் கொண்டார்கள் போலும். பாரதிகூட 'சீற்றத்துடன்' சொன்னார். 'இந்த உலகமே பொய்' என்று நமது தேசத்தில் ஒரு சாஸ்திரம் வழங்கிவருகிறது. ஸந்யாசிகள் இதை ஓயாமல் சொல்லிக்கொண்டிருக்கட்டும். அதைப்பற்றி இந்த நிமிஷம் எனக்கு வருத்தமில்லை. குடும்பத்திலிருப்போருக்கு அந்த வார்த்தை பொருந்துமா? அவச்சொல்லன்றோ? நமக்குத் தந்தை விட்டுப்போன வீடும் வயலும் பொய்யா? தங்கச்சிலை போல நிற்கிறாள் மனைவி. நம் துயரத்துக்கெல்லாம் கண்ணீர் விட்டுக் கரைந்தாள். நமது மகிழ்ச்சியின்போதெல்லாம் உடல் பூரித்தாள், நமது குழந்தைகளை வளர்த்தாள். அவள் பொய்யா? குழந்தைகளும் பொய்தானா? பெற்றவரிடம் கேட்கிறேன். குழந்தைகள் பொய்யா? நமது நாட்டில் வைத்துக் கும்பிடும் குலதெய்வம் பொய்யா?

> நிற்பதுவே, நடப்பதுவே, பறப்பதுவே
> நீங்களெல்லாம்
> சொற்பனந்தா - பல தோற்ற மயக்கங்களோ?
> நீங்களெல்லாம்
> அற்ப மாயைகளோ - உம்முள்
> ஆழ்ந்த பொருளில்லையோ?

இதே கேள்வியைத்தான் ஒரு அரசன் தன் குருவிடம் கேட்டான். குரு, வாழ்வின் பொய்யான தன்மையை அரசனுக்குப்

போதித்துவந்தார். அரசனும் பக்தியுடனும் சிரத்தையுடனும் மாயா தத்துவத்தைக் கற்றுவந்தான். ஒருநாள் குரு வழக்கம்போல் அரசனுக்கு பாடம் சொல்வதற்கு அரண்மனைக்கு வந்துகொண்டிருந்தார். வழியிலே ஆற்றுக்குப் போய்க்கொண்டிருந்த பட்டத்து யானை மிரண்டு, குருவை எதிர்நோக்கி ஓடிவந்தது. குரு பயந்து, நடுங்கி, பக்கத்திலே நின்ற பனைமரத்தின் மேல், வெகுநாள் மரம் ஏறப் பழகியவர்போல், எப்படியோ ஏறிக்கொண்டார். பட்டத்து யானை போகவிட்டு, மெதுவாகத் தட்டுத்தடுமாறி கீழிறங்கி அரசனை அடைந்தார். சாளரத்தின் வழியாக நடந்ததைப் பார்த்துக்கொண்டிருந்த அரசன் குருவை அடிபணிந்து வரவேற்று, குருவிற்கு உபசாரமாக இரண்டு வார்த்தைகள் சொல்லி ஆறுதல் கூறினான். பிறகு, குறும்புச் சிரிப்புடன் கேட்டான்: "இன்று நடந்த சம்பவத்திலிருந்து எனக்கு ஒரு சந்தேகம் பிறந்திருக்கிறது. அதை விளக்கியருள வேண்டும்" என்று தாழ்மையுடனும் பணிவுடனும் கேட்டான். "அரசே கேள்" என்றார் குரு கம்பீரமாக. "குருவே, அந்த யானை வெறும் மாயைதானே. அது தங்களை எதிர்த்து வந்த பொழுது, பொய்யான யானையைக் கண்டு பயந்து தாங்கள் பனை மரத்தில் ஏறிக்கொள்வானேன்" என்றான்.

குரு அலட்சியமான பார்வையுடன், அரசனைப் பார்த்துச் சொன்னார், "அரசே, இந்தக் கேள்வியே, உன் அஞ்ஞானத்தைப் பறைசாற்றுகிறது. நீ சொன்னது மிகவும் உண்மைதான். யானை பொய்தான். அதுபோலவே, நீயும் பொய். நானும் பொய். நான் பனைமரத்தில் ஏறியதாகப் பார்த்ததும் பொய். அப்படிப் பார்த்ததாக நீ நினைத்திருப்பதுதான் மாயை" என்று ஆணித்தரமாகப் பதில் சொன்னார்

இப்படி எந்தத் தத்துவத்தைப்பற்றியும் வாதப் பிரதிவாதங்களும் தர்க்க குதர்க்கங்களும் எப்பொழுதும் இருந்துகொண்டேதான் இருந்துவந்திருக்கின்றன. மற்றொரு கோணத்தில் இதேமாதிரிக் கதையை வேறு ஒருவர் கையாண்டிருப்பதைப் பார்க்கலாம்.

குரு உபதேசித்தார். "பரம்பொருள் ஒன்றுதான் உண்மை. அது சர்வ வியாபி. பரிபூர்ணமானது. குறைவற்றது. தோஷமற்றது. நீ, நான், எல்லாவற்றிலும் உள் நின்று இயங்குவது சர்வார் தர்யாமியான பரம்பொருள்தான்" என்றார். சிஷ்யன் தான் பெற்ற ஞானோபதேசத்தால், தான் பரம்பொருள் என்ற நினைப்பிலே

பூரிப்புடன் கம்பீரமாக வந்துகொண்டிருந்தான். எதிரே யானை ஒன்று வந்துகொண்டிருந்தது. பரம்பொருள் சொரூபமான சிஷ்யனுக்கு யானையோ அல்லது அதன் மணியோசையோ புலன்கள் மூலம் எட்டவில்லை.

"ஐயா, வழியை விட்டு விலகுங்கள்" என்று கத்தினான் யானை மேலிருக்கும் மாவுத்தன். இந்தக் கூச்சல் என்னமோ சிஷ்யன் காதில் விழுந்தது. சிஷ்யன் யோசித்தான், "நான் ஏன் வழிவிட வேண்டும். நானே பரம்பொருள். இந்த யானையும் பரம்பொருள். பரம்பொருள் பரம்பொருளுக்கு ஏன் பயப்பட வேண்டும்" என்று யானையைப் போலவே கம்பீரநடை போட்டான். யானை சிஷ்யனைத் துதிக்கையால் தூக்கிக் கீழே தள்ளிவிட்டு அதன் போக்கிலே போயிற்று. காயத்தோடும் புழுதியோடும் சிஷ்யன் குருவிடம் சென்று நடந்ததைச் சொன்னான். குரு கவனமாகக் கேட்டுவிட்டுச் சொன்னார், "அப்பனே, நீ நினைத்தது சரிதான். நீயும் பரம்பொருள்தான். யானையும் பரம்பொருள்தான். ஆனால், அந்த யானை மேல் இருந்துகொண்டு உன்னைத் தள்ளிப்போகச் சொன்ன பரம்பொருளான மாவுத்தன் வார்த்தையைக் கேட்காமலிருந்தது தப்புத்தானே. அதற்குத்தான் இத்தண்டனை" என்றார்.

இப்படி பலவிதமாக யுக்தியாகவும் குயுக்தியாகவும் குற்றங்களையும் குணங்களையும் எடுத்துக்காட்டியிருக்கிறார்கள். 'மாயை' என்பதன் தன்மைதான் என்ன? தங்கச்சிலை போல் நிற்கிறாள் மனைவி அவள் பொய்யா என்று கேட்கிறார் பாரதியார். சொப்பனத்தில் பாம்பு கடிக்கிறது. சொப்பனம் காணும் அளவில் அது கடிக்கத்தான் செய்கிறது. விஷம் 'கிடுகிடு' என்று தலைக்கேறுகிறது. ஆனால் விழித்துக்கொண்டவுடன் 'சை என்ன? துர்சொப்பனம்!' என்று உதறித் தள்ளிவிட்டு நம் காரியங்களைப் பார்க்கிறோம். அதுபோலவே, விழித்துக்கொண்டிருக்கும் பொழுது, தேகத்தில் நோயினால் ஏற்பட்ட வலியை உணர்கிறோம். ஆனால், அசந்து தூங்கும் பொழுது, அல்லது மயக்கத்தால் நினைவு இழந்த பொழுதோ நமக்கு வலி தெரிகிறதில்லை. ஆகவே, மனிதன் அறிவு, உணர்வு, சித்தவிருத்தி எல்லாம் இருக்கும் நிலைக்குத் தகுந்தவாறு மாறுகிறதல்லவா? ஆகவே, இவைகளுக்குத் தகுந்தாற்போல், உண்மை நிலையும் தோற்ற நிலையும் மாறி மாறி வந்துகொண்டிருக்குமல்லவா?

கனவு காண்பதில் ஏற்படும் வலி கனவு நிலையிலிருக்கும் வரையில் உண்மைதான். விழிப்பு வந்தவுடன் அது பொய்யாகிவிடுகிறது. தேகத்தில் உள்ள வலி விழிப்பு நிலையில் மெய்தான். தூங்கும் பொழுது அது பொய்த்துவிடுகிறது. நிலைக்குத் தகுந்தாப்போல் அனுபவமும் உணர்வும் மாறிக்கொண்டு போகின்றன. தோற்றமும் உண்மையும் மாறிவருகின்றன. இவற்றில் எது தோற்றம்? எது உண்மை?

போலீஸ் ஸ்டேஷனில் ஒவ்வொரு போலீஸ்காரருக்கும் ஒரு நம்பர் இருக்கிறது. இன்ஸ்பெக்டர் '392-ஐக் கூப்பிடு', '392-ஐ பீட்லே போடு' என்று சொல்லும் பொழுது யாரைக் குறிக்கிறது என்பது எல்லோருக்கும் தெரியும். 392 இலாகாவில் மறுக்க முடியாத உண்மை. ஆனால் போலீஸ் உடுப்பை எடுத்துவிட்டால் முனிசாமியாகவோ ஏகாம்பரமாகவோ காட்சியளிப்பார். போலீஸ் உடையும் 392 நம்பரும் ஏகாம்பரமாகிவிடமாட்டார்கள். அதுபோலவே, மனிதன் தோற்றமும் வாழ்வும் மாத்திரமும் அவன் தன்மையை நிர்ணயிப்பதில்லை. அவன் தன் தோற்றத்தையே மீறி நிற்கிறான். 'கலை ஒரு சின்னம் ஏனென்றால் மனிதன் ஒரு சின்னம்!' *Art is a symbol because Man is a symbal.* என்றார் ஆஸ்கார் ஒயில்ட். தோன்றுவதற்கெல்லாம் மாறுதல் உண்டு. மாறாதது, அறியாதது ஒன்று இருக்கிறது என்றார்கள். வெள்ளை ஒளி கண்ணாடியால் பல வர்ணங்களில் தோன்றுவதுபோல், மாறாத ஒன்றின் மயக்கம் தரும் ஒரு தோற்றமே, இந்தப் பிரபஞ்சம், வாழ்க்கை முதலியன என்றார்கள்.

தோற்றத்திற்கும் உண்மைக்கும் உள்ள மாறுபாட்டை மிகவும் ரஸமாக விளக்கியிருக்கிறார் ஒரு சீன ஞானி. சுவாங் செள சொன்னார், "நான், நேற்று, அங்குமிங்கும் கவலையின்றி பறந்துகொண்டிருக்கும் ஒரு வண்ணாத்திப்பூச்சியாக இருப்பதாகச் சொப்பனம் கண்டேன். வண்ணாத்திப்பூச்சியாக மிக இன்பமாகக் காலங்கழித்துக்கொண்டிருந்தேன். ஆனால் விழித்தவுடன் பழையபடி சுவாங் செளவாகிவிட்டேன். அப்பொழுது ஒரு சந்தேகம் வந்துவிட்டது. சுவாங் செளவாக இருந்து வண்ணாத்திப்பூச்சியாக இருப்பதாகக் கனவு காண்கிறேனா, அல்லது வண்ணாத்திப்பூச்சியாயிருந்துகொண்டு சுவாங் செளவாகக் கனவு காண்கிறேனா" என்றார். எது கனவு? எது நனவு? எது உண்மை? எது தோற்றம்?

மேலும் அவர் சொன்னார். “விருந்து சாப்பிட்டதாகச் சொப்பனம் கண்டுவிட்டுக் காலையில் எழுந்திருந்து வருத்தப்படலாம் அல்லது கெட்ட சொப்பனங்களைக் கண்டுவிட்டு எழுந்திருந்து, ‘நல்லவேளை, வெறும் சொப்பனந்தானே’ என்று சந்தோஷப்படலாம். கனவு காணும் பொழுது ஒருவருக்கும் அது கனவு என்று தோன்றுவதில்லை. நினைவு வந்தவுடன்தான் அது கனவு என்று தெரியவரும். மனிதனுக்கு உண்மையான ‘விழிப்பு’ வரும் பொழுது வாழ்க்கையென்பதே ஒரு பெரிய கனவு என்பது அவனுக்குத் தெரியவரும்” என்றார்.

இந்த உலக வாழ்விலிருந்து ‘விழிப்பு’ அடைந்தவர்களை மெய்ஞ்ஞானி என்று சொல்கிறோம். இந்த ‘விழிப்பு’ எப்படித் தன்மைகளையே மாற்றிவிடுகிறது என்பதற்கு ஒரு அழகான கதையை ராமகிருஷ்ண பரமஹம்ஸர் சொல்லியிருக்கிறார்.

ஒரு புலிக்குட்டி பிறக்கும் பொழுது தாயை இழந்துவிட்டது. ஒரு ஆட்டு மந்தையில் ஆட்டுக்குட்டிகளுடன் ஆட்டுக்குட்டியாக வளர்ந்து வந்தது. ஆட்டுக்குட்டிகளுடன் புலிக்குட்டியும் புல்லை மேய்ந்தது. ‘மே’ என்று ஆட்டுக்குட்டியைப் போலவே கத்துவதற்குக் கற்றுக்கொண்டது. ஆட்டின் பழக்க வழக்கங்களையும் சுபாவத்தையும் அது ஏற்றுக்கொண்டது. ஒருநாள் வழக்கம் போல, இதர ஆடுகளுடன் புல்லை மேய்ந்துகொண்டிருக்கும் பொழுது காட்டிலிருந்து வந்த புலி ஒன்று அவைகளைத் தாக்க ஆரம்பித்தது. ஆடுகள் நாலாபக்கமும் சிதறி ஓடின. புலிக்குட்டியும் ஆட்டுக்குட்டியைப் போலவே கத்திக்கொண்டு ஓட ஆரம்பித்தது. காட்டுப்புலி இந்த விசித்திரத்தைக் கண்டு அப்படியே பிரமித்து நின்றது. புலிக்குட்டி நடுநடுங்கிக்கொண்டு ஓடிற்று. பெரிய புலி புலிக்குட்டியைத் தாவிப் பிடித்து நிறுத்தியது. “நீ ஏன் என்னைக் கண்டு நடுங்குகிறாய். நீ யார்?” என்றது.

“நான் ஓர் ஆட்டுக்குட்டி” என்றது புலிக்குட்டி. “ஆட்டுக்குட்டியா? இங்கே வா, நீ யார் என்று காட்டுகிறேன்” என்று அதன் கழுத்தைப் பற்றி இழுத்துக்கொண்டு சென்றது. ஒரு குட்டைக்குச் சென்று ஜலத்தில் விழுந்திருக்கும் இருவருடைய நிழலையும் காட்டி, “நன்றாய் பார். நீயும் என்னைப்போலவே இருக்கிறாய். நீ ஆட்டுக்குட்டி இல்லை. புலிக்குட்டிதான்” என்று தன் குகைக்கு இழுத்துச்சென்று, பச்சை மாமிசத்துண்டை புலிக்குட்டியின்

வாயில் திணித்தது. சுத்த சைவமாயிருந்த புலிக்குட்டிக்கு முதலில் சிறிது சிரமமாகத்தானிருந்தது. ஆனால் அதற்கேற்பட்ட இயற்கை வாசனைப்படி, ரத்தமும் மாமிசமும் நாக்கில் ருசிதட்டியவுடன், "ஆகா, என்ன மோசம் போனேன். நான் புலியல்லவா! உண்மையில் நான் புலியல்லவா! புலி புலி" என்று கர்ஜித்துக்கொண்டு கிளம்பியது. இரண்டு புலிகளும் உற்சாகமாக வேட்டைக்குக் கிளம்பின.

மனிதன் அஞ்ஞானமும் புலிக்குட்டியின் அஞ்ஞானத்தைப் போன்றதுதான். மனிதன் 'விழிப்பு' அடையும் பொழுது தன்னுடைய உண்மையான தன்மையை அறிந்துகொள்கிறான். அதுவே மெய்யறிவு. கயிற்றையும் அரவையும் புரிந்துகொள்ளும் மெய்ஞ்ஞானம்.

கடவுள்

உப்பினால் ஆன பொம்மைக்கு திடீரென்று ஓர் எண்ணம் உண்டாயிற்று. அது மிகவும் ரோசமும் அகம்பாவமும் கொண்ட பொம்மை. தன் கண்ணால் கண்டறியாததை அது ஒப்புக்கொள்ளத் தயாராயில்லை. சமுத்திரம் பெரிது என்று சொல்கிறார்களே அது எவ்வளவு பெரிது என்பதைத் தானே அளந்து கணக்கெடுத்துவிட வேண்டுமென்று நினைத்தது. ஒரு குச்சியை எடுத்துக்கொண்டு சமுத்திரத்தை நோக்கிப் புறப்பட்டது. சமுத்திரக் கரையில் நின்று குச்சியை எடுத்துக்கொண்டு அளக்க ஆரம்பித்தது. அப்பொழுது ஒரு பெரிய அலை பொங்கி வந்தது. மறு விநாடி, பொம்மையும் குச்சியும் இருந்த இடம் தெரியவில்லை. (இது ராமகிருஷ்ண பரமஹம்ஸரின் கதைகளில் ஒன்று)

மனிதனும் உப்பாலான பொம்மைதான். உப்பைத் தின்று வளர்பவன்தானே! இந்தப் பொம்மையைப்போல் தான் என்பதில் மிகவும் நம்பிக்கை கொண்டவன். விஞ்ஞான உண்மைகளை அலசி ஆராய்ந்து அறிவதுபோலக் கடவுளையும் ஒரு குழாய்க்குள் இருக்கும் பொருளைப்போல அறிய முயற்சிப்பது இந்தப் பொம்மையின் செயலைப் போலத்தான். கடவுள் இருக்கிறாரா என்று சந்தேகப்படுகிறவர்கள், கடவுளை நாம் நேருக்கு நேர் பார்க்க முடிகிறதில்லை. அதனால் கடவுள் இல்லை என்பவர்களும் மனிதனுடைய அறிவை ஆதாரமாய் வைத்துக்கொண்டுதான்

பேசுகிறார்கள். நம் புலன்களால் அறியமுடியாத விஷயங்களை நாம் எப்படி அறிய முயல்கிறோம், எப்படித் தவறாக அறிந்துகொள்கிறோம் என்பதற்கு ஒரு ரசமான பழங்கதை இருக்கிறது.

ஒரு வீட்டில் குழந்தை ஒன்றுக்கு பால் புரையேறி இறந்துவிட்டது. பக்கத்து வீட்டுக்காரன் குருடன். குழந்தை இறந்ததின் காரணத்தை அறிய விரும்பினான். “பால் எப்படி இருக்கும்” என்று கேட்டான். “கொக்கைப் போலிருக்கும்” என்றான் பக்கத்திலிருந்தவன். “கொக்கு எப்படி இருக்கும்” என்றான் குருடன், “இப்படி இருக்கும்” என்று கையைக் கொக்கைப்போல வளைத்துக் காட்டினான். குருடன் கையைத் தடவிப் பார்த்துவிட்டு, “ஐயையோ, இவ்வளவு பெரிய பாலைக் குடித்தால் குழந்தை இறக்காமல் எப்படி இருக்கும்” என்றானாம். அவனுக்குப் பாலின் தன்மை புரிந்துவிட்டதல்லவா? அதுபோலவேதான் அந்தக் கடவுளைப்பற்றிப் புரிந்துகொண்டிருப்பதும் என்றுகூடச் சொல்லலாம்.

‘இந்தத் தூணிலிருக்கிறாரா’ என்று தூணை உதைத்துக் கேட்ட இரண்யனைப்போல ஒரு பகுத்தறிவாளர் லண்டன் மாநகரில் ஒரு பொதுக்கூட்டத்தில், “கடவுள் இருந்தால் அவர் வந்து என்னை அழிக்கட்டும்” என்று சவால் விட்டாராம். கடவுள் இவர் சவாலை ஏற்றுக்கொள்ளவில்லை. இரணியனுடைய உருட்டலுக்காக வரவில்லை. பிரக்லாதனுடைய பக்திக்காகத்தான் வந்தார். கடவுளை நாம் காரியாலயங்களின் மணியைத் தட்டி அழைக்கும் சேவகர்களைப்போல நம் முன் வந்து நிற்கவேண்டும் என்று எதிர்பார்ப்பது மிகவும் அறிவீனமான காரியமாகும். கடவுளுக்குத் தான் இருப்பதை மனிதனிடம் நிரூபித்துக் காட்டுவதற்காக மனிதன் முன்வரவேண்டுமென்று என்ன அவசியம் இருக்கிறது. அப்படிப் பேசுவது மிகவும் குழந்தைத்தனமாக இருக்கிறதல்லவா?

கடவுள் என்ற இந்த மனிதனுக்கு மீறிய தத்துவத்தைப்பற்றி பழமையில் அதிகப் பற்றில்லாதவரும், அறிவின் பலத்தில் நம்பிக்கை உள்ளவரும், சிறந்த அறிவாளியுமான பர்னார்ட் ஷா, இந்த பிரச்னையை எப்படிக் கையாண்டிருக்கிறார் என்று பார்க்கலாம். ‘கடவுளைத் தேடும் கறுப்புப் பெண்’ என்றதொரு கதையில் வரும் ஒரு காட்சி.

தோட்டத்தைச் சரிபார்த்துக்கொண்டிருக்கும் ஒரு கனவானை அணுகுகிறாள் கறுப்புப் பெண்.

"ஐயா, ஒரு வார்த்தை பேசலாமா?"

"என்ன வேண்டும் அம்மா?"

"நான் கடவுளை அடையும் வழியைத்தேடி அலைகிறேன். தங்கள் முகத்தில் அறிவின் ஒளிவீசுகிறது. அந்த தைரியத்தில்தான் உங்களைக் கேட்கிறேன்."

"வா அம்மா. வா. நான் எவ்வளவோ காலம் சிந்தனை செய்ததன் பயனாக, கடவுளைத் தேடவேண்டிய இடம் தோட்டம்தான் என்ற முடிவிற்கு வந்திருக்கிறேன். இங்கேதான் அவரைத் தோண்டிப் பார்க்கவேண்டும்."

"நான் அந்த விதமாகக் கடவுளைத் தேட முன்வரவில்லை. வருகிறேன். வணக்கம்."

"சரி, உன் போக்கின்படியே, ஏதாவது தடம் கண்டுபிடித்திருக்கிறாயா?"

"இல்லை, ஆனாலும் நீங்கள் சொல்லும் வழி சரியென்று எனக்குப் படவில்லை."

"கடவுளைக் கண்டவர்கள் அனேகர் பயந்து கடவுளிடமிருந்து ஓடியிருக்கிறார்கள். நீ எப்படி அவரை நேசிப்பாய் என்பது நிச்சயம்?"

"ஆனால் மதகுரு, எது உயர்ந்து இருக்கிறதோ அதை நேசிக்க வேண்டும் என்றார்."

"அவர் கிடக்கிறார் புத்தியில்லாதவர். அது உண்மையல்ல. உயர்ந்ததையெல்லாம் நாம் வெறுக்கிறோம். அதைச் சிலுவையில் அறைகிறோம்! அதை விஷத்தைக் கொடுத்துக் கொல்கிறோம். மரத்தில் கட்டிக் கொளுத்துகிறோம். என் வாழ்நாள் முழுவதும் கடவுளின் பணியிலேயே செலவிட்டிருக்கிறேன். கடவுளின் எதிரிகளைத் தங்களையே கண்டு சிரிக்கும்படி செய்திருக்கிறேன். கடவுள் இந்த வழியாக வருவதாக என்னிடம் சொல்லுவாயானால், நான் எலி வளையில் புகுந்துகொண்டு, அவர் போகும் வரையில் மூச்சுவிடக்கூட மாட்டேன். எனக்கு வேண்டாத விஷப்பூச்சியை எப்படிக் காலடியில் போட்டு நசுக்குவேனோ, அப்படித்தான்,

அவர் என்னை நசுக்கிவிடுவார். கடவுளைத் தேடுபவர்கள் கடவுள் முன் நிற்க முடியும் என்று நினைக்கிறார்கள். உங்கள் மதகுரு ஜுபிடரின் கதையை உன்னிடம் சொன்னாரா?"

"அது என்ன கதை?"

"ஜுபிடர் என்பது கடவுளின் அனேக பெயர்களில் ஒன்று. கடவுளுக்குப் பல பெயர்கள் உண்டு என்பது தெரியுமா."

"ஆம், அவற்றில் அல்லா என்பதுகூட ஒன்று என்று சிறிது நேரத்திற்கு முன்பு கேட்டறிந்தேன்."

"ஆமாம்" அந்த கனவான் சொன்னார், "ஜுபிடர், செமிலி என்ற பெண்ணைக் காதலித்தார். மனிதன் உருவிலே வந்து மனிதனாகவே அவளிடம் நடந்துகொண்டார். ஆனால், கடவுளே அவளிடம் காதல் கொண்டதில் அவளுக்கு மிகுந்த பெருமை ஏற்பட்டது. கடவுள் உருவத்திலேயே அவளிடம் வரும்படி அவள் கட்டாயப்படுத்தினாள்."

"அப்பொழுது என்ன நடந்தது" என்று கேட்டாள் கறுப்புப் பெண்.

"அவள் புத்தியுடனிருந்திருந்தால் எதை ஊகித்திருப்பாளோ அதுவேதான் நடந்தது. நெருப்பிலே பட்ட கொசுவைப்போல அவள் பொசுங்கிப் போனாள். ஆகவே, ஜாக்கிரதை, செமிலியைப்போல நடக்காதே. கடவுள் உன் பிடரியிலேயே இருக்கிறார். எப்பொழுதும் அங்குதானிருக்கிறார். அவருடைய கருணையினால்தான், தன் முழுத் தோற்றத்தில் உனக்குக் காட்சியளிக்கவில்லை. அப்படித் தோன்றினால், உனக்குப் பைத்தியம் பிடித்துவிடும். தோட்டத்தை நன்றாகக் கவனி. அதுபோதும் உனக்கு."

"அவரை நேரில் பார்க்க முடியாதா?" என்றாள் கறுப்புப் பெண்.

"எனக்குத் தோன்றவில்லை. நாமும் அவரைப்போல ஆனாலன்றி நாம் அவரைப் பார்க்க முடியாது. அவர் சக்தி அளவற்றது. நம் சக்தியோ அற்பமானது. அவரைக் கண்டறியும் அளவு நமக்குச் சக்தி கிடையாது. நம் வேலை முடிந்தவுடன் நம் கடன் ஒழிந்துவிடும். அதுதான் நம் முடிவு பூச்சி, புழுவைப்போல், அழிந்துபோகக்கூடிய நம்மை பிறர் பார்த்து மெச்சுவதற்காக இவ்வுலகில் அவசியமாக விட்டுவைக்கப்போவதில்லை. ஆகவே, அவர் பெயரைச் சொல்லிக்கொண்டு, இத்தோட்டத்தைப் பயிர் செய். மற்றதையெல்லாம் அவர் பார்த்துக்கொள்வார்" என்றார்.

ஐம்புலன்களினால் நாம் எல்லாவற்றையும் அறிந்துவிட முடிகிறதா? டில்லியிலும் லண்டனிலும் பாடுவதை நம் வெறும் காதுகளால் கேட்க முடிகிறதில்லை. ஆனால் ரேடியோ பெட்டியைத் திருப்பினவுடன் அவைகள் நம் காதில் விழுகின்றன. சில கிருமிகள் நம் கண்ணுக்குப் புலப்படுவதில்லை. ஆனால், பூதக்கண்ணாடியை வைத்துப் பார்க்கும் பொழுது, அவைகள் பயங்கரமாகத் தோன்றுகின்றன. நம் உடலுக்குள்ளே இருக்கும் வியாதி என்ன என்பது நமக்குத் தெரிந்துவிடுகிறதா? அதற்கு ஒரு வைத்தியரைத் தேடிச் சென்று, பல இயந்திர சாதனைகளால் பரிசோதித்து அறியவேண்டியிருக்கிறது. பூமிக்குள்ளே புதைந்து கிடக்கும் தங்கம், வெள்ளி முதலிய பொருள்களை எடுக்கவேண்டுமானால், பல பிரும்மாண்டமான பொறிகளும், அதை இயக்கத் தெரிந்த நிபுணர்களும் பிராணிகளும் சேர்ந்து அவைகளை வெளிக்கொண்டு சுத்தப்படுத்திக் கொண்டுவர வேண்டியிருக்கிறது. ஆனால் கடவுள் என்ற சக்தியை வெளியே கொண்டுவர வேண்டுமானால், அதற்குப் பயிற்சி தேவையில்லை! முயற்சி தேவையில்லை. தேர்ச்சி தேவையில்லை போலும்!

கடவுளைக் கொண்டுவந்து காட்டும் பூதக்கண்ணாடி எங்காவது கிடைக்குமா? மகாத்மா காந்தியிடம் ஒரு சமயம், குருடர் ஒருவர் வந்தார்.

"மகாத்மாவே. தாங்கள் உலகம் போற்றும் மகாத்மாவாக இருந்தும், நான் பார்க்கக் கொடுத்து வைக்கவில்லையே" என்று வருந்தினார். "அன்பரே, வருத்தப்படவேண்டாம். இந்தக் கண்களின் சக்தியே மிகவும் அற்பமானது. நம்முள்ளேயிருக்கும் பகவானைப் பார்க்கவேண்டுமானால் இந்தக் கண்களால் பார்க்க முடியாது. அதற்கு அகக்கண்தான் திறக்க வேண்டும். அந்த பாக்யம் பெற்றவர் நீங்கள்" என்றார்.

நம் கண்களால் பார்ப்பது வெறும் ஏமாற்றம். அகக்கண்ணால் பார்ப்பதுதான் உண்மையின் சொரூபம் என்பதை ஒரு பிரஞ்சு ஆசிரியர் சொல்கிறார்.

> நம் வாழ்க்கை ஒரு அழகிய கற்பனை.
> அதுவே அதன் சக்தி.
> பிறப்பிலிருந்து இறப்பிற்கு அது நம்மை
> அழைத்துச் செல்கிறது. மனிதன், மிருகம்,

நகரம் எல்லாம் வெறும் கற்பனை.
அது ஒரு கட்டுக்கதை.
கண்ணை மூடிக்கொள்ளுங்கள்.
அதுதான் தேவை.
அப்பொழுது வாழ்க்கையின் மற்றொரு
பக்கத்தைப் பார்ப்பீர்கள்.

பாரதியாரும் அதையேதான் கோவிந்தனிடம் கேட்டார்.

என் கண்ணை மறந்து னிருகண்களையே
யென்னகத்தில் இசைத்துக் கொண்டு
நின்கண்ணால் புவியெலாம் நீயெனவே
நான்கண்டு நிறைவு கொண்டு
வன்தன்மை மறதியுடன் சோம்பற்முதற்
பாவமெல்லாம் மடிந்து நெஞ்சிற்
புன்கண்போய் வாழ்ந்திடவே கோவிந்தா
எனக்கமுதம் புகட்டு வாயே.

என் கண்ணால் உன்னைப் பார்க்க முடியாது. உன் கண்ணைக் கொடு எனக்கு என்று யாசிக்கிறார் அல்லவா? அதுவே, இதயக்கண். அகக்கண். கலைக்கண், ஞானக்கண், பக்திக்கண் எல்லாம். இந்தக் கண்களுடன் தேடினால் கடவுள் இருக்குமிடத்தை பக்தமணிகளுடன் தேடிப் பிடித்துவிடலாம். பேயாழ்வார் சொன்னார்.

உளன் கண்டாய் நல்நெஞ்சே! உத்தமன்! என்றும்
உளன் கண்டாய். உள்ளுவார் உள்ளத்து உளன் கண்டாய்.

என்று இருக்குமிடத்தைச் சொல்லியிருக்கிறார். பெரியாழ்வாரும் அதைத்தான் சொன்னார்.

பனிக் கடலில் பள்ளி கோளைப்
பழக விட்டு ஓடிவந்து என்
மனக் கடலில் வாழ வல்ல
மாய மணாள நம்பி!
தனிக் கடலே! தனிச் சுடரே!
தனி உலகே! என்று என்று
உனக்கு இடமாய் இருக்க என்னை
உனக்கு உரித்து ஆக்கிணையே

கடவுள் பக்தமணியின் இதயத்தில் புகுந்துகொண்டிருக்கிறாராம்.

கபீர் மிகவும் அழுத்தமாகச் சொன்னார், "ஜலத்திலிருக்கும், மீன் தாகத்தால் தவிக்கும் என்று நினைத்தாலே சிரிப்பு வருகிறது. காடு தோறும், மலை தோறும் நீ அலைகிறாய். பரம்பொருள் உன்னிடமேயிருக்கிறது. அதுதான் உண்மை. காசிக்குப் போங்கள். மதுரைக்குப் போங்கள். எங்கு வேண்டுமானாலும் போங்கள். உள்ளத்திலிருக்கும் பரம்பொருளைக் கண்டுபிடிக்கும் வரையில் வாழ்க்கைக்கே பொருள் கிடையாது."

கடவுளின் தேட்டத்தைப்பற்றி காந்தியடிகள் சொல்லியிருக்கிறார்கள். "அடிப்படையின் ஆதாரமில்லாமல் நாம் ஒன்றையும் தேட முடியாது. நாம் ஒன்றையும் ஒப்புக்கொள்ளவில்லையானால் ஒன்றையும் காண முடியாது. உலகம் தோன்றிய காலம் தொட்டு விவேகிகளும் பாமர ஜனங்களும்கூட இதை ஒப்புக்கொண்டிருக்கிறார்கள். நாம் இருக்கிறோம். அதனால் கடவுள் இருக்கிறார். கடவுள் இல்லையானால் நாமும் இல்லை, மனித சமூகத்துடன் ஒட்டியதாகையால் கடவுள் இருப்பது, சூரியனிருப்பதைப்போல மறுக்க முடியாத உண்மையாக ஒப்புக்கொள்ளப்பட்டிருக்கிறது. இந்த நம்பிக்கைதான், வாழ்க்கையின் அநேக, புரியாத புதிர்களுக்கு விடை தந்திருக்கிறது. நம் துன்பங்களின் கொடுமையைக் குறைத்திருக்கிறது. நம் வாழ்விற்கு ஆதாரமாக இருந்துவந்திருக்கிறது. மரணத்திலும் அதுவே நமக்கு உறுதுணையாக வந்து நிற்பது" என்றார்.

ஆனால் விஞ்ஞானத்தின் பலத்தையும், தன் அறிவின் பலத்தையும் அதிகமாக அறிந்துகொண்டு வரும் மனிதன் கடவுளிடமுள்ள நம்பிக்கையைச் சிறிது சிறிதாக இழந்துகொண்டு வருகிறான். நம்பிக்கை இழந்தவன் நாசமாகிறான் என்றார்கள் நம் பெரியவர்கள். நீட்ஷே என்ற ஞானி 'விளையாடும் விஞ்ஞானம்' என்ற கட்டுரையில் பின்வருமாறு சொல்லுகிறார். ஒரு பைத்தியக்காரன் நடுப்பகலில் விளக்கை வைத்துக்கொண்டு நடு வீதியில் நின்றுகொண்டு கடவுளைத் தேடிக்கொண்டிருந்தான். கடவுளிடம் நம்பிக்கையில்லாத சிலர் இந்த வேடிக்கையைப் பார்த்துச் சிரித்துக்கொண்டிருந்தார்கள், அவர்களிடம் பைத்தியக்காரன் நெருங்கினான். "கடவுள் எங்கே?" என்று அவர்களையே கேட்டான். பிறகு அவனே பதில் சொன்னான்.

"நானே சொல்லிவிடுகிறேன். கேளுங்கள். நாம் அவரைக் கொன்றுவிட்டோம். நீங்களும் நானும். அதை எப்படிச் செய்தோம். எதை வைத்து இவ்வானத்து வாயை அடைத்து அழித்தோம். எப்படி பூமியை சூரிய மண்டலத்திலிருந்து பிரித்தோம். எங்கே அது போய்க்கொண்டிருக்கிறது. எங்கே நாம் போய்க்கொண்டிருக்கிறோம்! நாம் இப்பொழுது விழுந்துகொண்டிருக்கவில்லையா? சூன்யத்தையே நோக்கிப் போய்க்கொண்டிருக்கவில்லையா? இரவு நம்மைச் சூழ்ந்துகொண்டிருக்கவில்லையா? பகலிலேயே இருள் சூழ்ந்துகொள்ளவில்லையா? நமக்கு வழிகாட்ட ஒளி வேண்டாமா? இதோ காது கொடுத்துக் கேளுங்கள். கடவுளைப் புதைகுழியில் போடும் சப்தத்தை. நாம் அவரைக் கொன்றுவிட்டோம். நமக்கு இனி என்ன இருக்கிறது. இந்த மகா பாதகமான செயல் நமக்கு அடுக்குமா? அதற்கு நமக்குத் தகுதி உண்டா? அதற்குத் தகுதி அடைய நாமே கடவுளாக ஆகவேண்டாமா?" என்றார். இக்காலத்திய நம்பிக்கையில்லாத தன்மையையும் கடவுளிடமிருந்து பிரிந்து போக முயலும் மனப்பாங்கையும் ஆணித்தரமாகக் காட்டியிருக்கிறார் நீட்ஷே.

தற்காலத்துக் கவிகளுள் தலைசிறந்து விளங்கும் டி. எஸ். இலியட், நம்பிக்கையையும் நல் எண்ணங்களையும் இழந்து நிற்கும் தற்கால நாகரிக நிலையை 'பாழ் நிலம்' என்ற கவிதையில் வருணித்திருக்கிறார். பரம்பொருளை மறந்த பூமி பாழடைந்த பூமி என்கிறார்.

> மனிதன் கடவுளை விட்டுவிட்டான்.
> மற்ற கடவுளுக்காகவல்ல - கடவுள் இல்லாத
> ஒன்றிற்கு—அது புதுமை.
> கடவுளை மறுக்கிறார்கள். ஆனால்
> பகுத்தறிவைப் போற்றுகிறார்கள்.
> பணத்தைப் போற்றுகிறார்கள்.
> பலத்தைப் போற்றுகிறார்கள்.
> கோவிலை இடித்தார்கள்.
> கோபுரத்தைத் தகர்த்தார்கள்.
> மலையை மிதித்துத் தாழ்த்தினார்கள்.
> பின்னோக்கி விரைவில் முன்னேறும்
> இந்த யுகத்தில் என்செய்வது.

வெறுங்கையுடன் முகத்தை உயரத் தூக்கிப் பார்
வீண்பாழ்—வீண் பாழ்.
அந்தகாரத்தின் முகத்தில் பேரிருள்
கோவில் மனிதனிடமிருந்து விலகிற்றா?
மனிதன் கோவிலிலிருந்து விலகினனா?
கோவிலுக்கு மதிப்பு இல்லை.
கோவிலுக்கு எதிர்ப்பு இல்லை.
பேராசை, பெரும்வெறி, பொல்லாக்காமம்
இதைப் பற்றினார்கள்
கடவுளை மறந்தார்கள்.

என்று மனக்கசப்புடன் எழுதியுள்ளார்.

எக்கார்ட் என்ற ஞானி தற்காலத்து மனிதன் எப்படிக் கடவுளைப்பற்றி நினைக்கிறான் என்பதைச் சொல்கிறார். "சிலர் நம் வீட்டிலிருக்கும் பசுவைத் தங்கள் கண்களால் பார்ப்பது போல் கடவுளைப் பார்க்க விரும்புகிறார்கள். இப்படியே அவர்களுக்குக் கிடைக்கவேண்டிய பொருள்களுக்கும் மனத்திற்கு வேண்டிய சந்தோஷத்திற்கும் கடவுளைத் தேடி அலைகிறார்கள். தங்கள் விருப்பத்திற்காகக் கடவுளைத் தேடுவது உண்மைத் தேட்டம் ஆகாது. நான் சொல்கிறேன். நீங்கள் கோரும் பொருள் எவ்வளவுதான் உயர்ந்ததாக இருந்தாலும் அது உங்களுக்கும் உடலுக்கும் குறுக்கே தடையாகத்தான் நிற்கும்" என்றார்.

கடவுள் வேண்டாம் என்பவர்கள், பொன், பொருள் இவைகள் இருந்தால் போதும் என்கிறார்கள். கடவுள் வேண்டும் என்பவர்கள் "கடவுளே, எனக்குப் பொன்னையும், பொருளையும் சந்தோஷத்தையும் கொடு" என்று கடவுளை வேண்டிக்கொள்கிறார்கள். இதில் ஏதாவது வித்தியாசம் இருக்கிறதா? கடவுளுக்கும், மனிதனுக்கும் உள்ள உண்மையான உறவுதான் என்ன?

மெக்காவிலிருந்து வரும் ஒரு நண்பனைப் பார்த்து, "சௌகரியந்தானா" என்று இப்னு ஆடாம் என்ற ஞானி கேட்டார். நண்பர் சொன்னார். "கிடைக்கும் பொழுது நான் மகிழ்ச்சியுடன் சாப்பிடுகிறேன். கிடைக்காத பொழுது கிடைக்கும் நேரம் வரை பொறுமையுடன் காத்திருக்கிறேன்" என்றார். இப்னு ஆடாம் சொன்னார். "இந்த ஊர் நாய்களும் அதைத்தான் செய்கின்றன.

எனக்கு உணவு கிடைக்கும் பொழுது கடவுளை மனமார வாழ்த்துகிறேன். எனக்கு உணவு கிடைக்காத பொழுது கடவுளுக்கு என் நன்றியைச் செலுத்துகிறேன்" என்றாராம்.

மற்றொரு கதையையும் பார்ப்போம். இரண்டு சகோதரர்கள் அவரவர்கள் செய்த மகாபாதகமான கொடுஞ்செயல்களைப்பற்றிப் பேசிக்கொண்டு வந்தார்கள். "நான் ஒரு வீட்டிலிருந்த ஒரு கோழியின் கழுத்தைத் திருகிவிட்டு தெருவிலே அதை அப்படியே தூக்கியெறிந்துவிட்டுச் சென்றேன்" என்றான் ஒருவன். மற்றவன் சொன்னான், "நான் கடவுளிடம் ஒரு வரத்தைக் கோரி பிரார்த்தனை செய்தேன்" என்றான்.

பாஸ்ரா நகரத்து ராபியா என்ற துறவு பூண்ட பக்தமணி ஞானத்திலும் வைராக்கியத்திலும் முதிர்ந்த பெண்மணி. அவர் பிரார்த்தித்தார். "ஈசனே நான் உன்னை நரகத்தின் பயத்தினால் ஜபித்தால் என்னை நரகத்தில் வீழ்த்திவிடு. சுவர்க்கத்திற்கு ஆசைப்பட்டு உன்னை வணங்கியிருப்பேனாகில், சுவர்க்கத்திலிருந்து என்னை நீக்கிவிடு. உன்னை உனக்காகவே வழிபடுவேனாகில் உன்னுடைய பரிபூரணானந்தமான அருளை எனக்குக் கொடுக்க மறுக்காதே."

பக்தியோகம், ஞானயோகம், கர்மயோகம் எல்லாம் இத்துறவியின் விருப்பு வெறுப்பு அற்ற நிலையிலேதான் ஒன்றாக இணைந்து நிற்கிறது. மனிதன், கடவுள், என்ற கொள்கைகளுக்கு எல்லாம் சிகரம் வைத்ததுபோல நிற்கிறது. கடவுளுக்கும் மனிதனுக்கும் உள்ள தொடர்பை விளக்கும் இந்த ஒரு சந்திப்பை கவனிப்போம்.

அபோலோனியஸ் என்பவர் இரண்டு இந்திய முனிவர்களைச் சந்தித்தார். "உங்களை நீங்கள் அறிவீர்களா" என்று கேட்டார். இரு முனிவர்களும் சொன்னார்கள். "எங்களுக்கு ஏதாவது தெரியுமென்றால் அது எங்களைப் பற்றித்தான். இந்த அறிவு கிடைக்காமல், நாங்கள் மற்ற விஷயங்களை அறிந்திருக்கவே முடியாது" என்றார்கள். இதைக் கேட்ட அபோலோனியஸ் ஆச்சரியத்தால், "நீங்கள் உங்களை யார் என்று நினைத்துக் கொண்டிருக்கிறீர்கள்" என்று கேட்டார். "நாங்கள் கடவுளர்கள்" என்றார்கள். "எப்படி" என்றார் அபோலோனியஸ். "நாங்கள் நல்லவர்கள். நல்ல செய்கை செய்வதினால் கடவுளின் தன்மையை அடைகிறோம்" என்றார்கள்.

விதியும் மதியும்

"முடியாதா? அப்படி ஒரு வார்த்தை என் அகராதியிலேயே கிடையாது..." என்று சொன்னானாம் நெப்போலியன் என்ற சரித்திரம் கண்ட மாபெரும் வீரன். ஏழைக் குடும்பத்தில் பிறந்து, வெறும் சிப்பாயாக ராணுவத்தில் சேர்ந்து, படிப்படியாக உயர்ந்து சக்ரவர்த்தியாகி, இரண்யாட்சன் பூமியைப் பாயாகச் சுருட்டியதைப்போல், பூமியின் பல பெரும் பகுதிகளைத் தன் ஆளுகைக்கு உட்படுத்திய வீரன் நெப்போலியன். முயற்சியாலும், அறிவின் நுட்பத்தாலும், சாகஸச் செயல்களாலும், மனிதன் என்ன வெற்றிகாண முடியும் என்பதற்கே ஓர் இலக்கணம் நெப்போலியன். எடுத்த காரியத்தைச் செவ்வனே முடிக்கவேண்டும் என்ற நோக்கத்தைக் கொண்டு மனிதனுடைய ஆணவத்திற்கே சிறந்த உதாரணம் நெப்போலியன். ஆகவே அவன் தன்னால் 'முடியாது' என்று ஒன்றையும் ஒப்புக்கொள்ள மறுத்ததில் வியப்பு ஒன்றும் இல்லை. மனிதன் முயற்சியில் நம்பிக்கை கொண்ட யார்தான், அந்த வீரனைப்போல் நினைக்காமலிருக்க முடியும்?

ஆனால், இதே நெப்போலியன் 1815 வருஷம் ஜூன் மாதம் 15ஆம் தேதி கண்ட உண்மை வேறு. வாடர்லூ என்ற இடத்தில் பிரஞ்சு படைக்கும் பிரிட்டிஷ் படைக்கும் சண்டை நடந்துகொண்டிருந்தது. தூரத்தில் நின்றுகொண்டு நெப்போலியன் சண்டையைக் கவனித்துக்கொண்டிருந்தான். பிரிட்டிஷ் படையின்

எதிர்ப்பு இவ்வளவு தீவிரமாக இருக்குமென்று நெப்போலியன் நினைக்கவேயில்லை. படை மும்முரமாக எதிர்த்து வருவதைக் காண நெப்போலியன் மனம் கலங்கி நின்றது. எதிரியின் படை ஒவ்வொரு தரம் தாக்கி முன்னேறும் பொழுதும், தன் சஞ்சலத்தைக் காட்டும் முறையில் பொடியை வேகமாக உறிஞ்சிக்கொண்டிருந்தான். நிலைமை மோசமாகிக்கொண்டு வந்தது. அவனுக்கு விஷயம் நன்கு விளங்கிவிட்டது. பக்கத்திலிருக்கும் அதிகாரியின் கையைப் பிடித்துக்கொண்டு, "இனிமேல் பயனில்லை. நமக்குத் தோல்விதான். நாம் போகலாம்" என்று தலைநகருக்கு ஓடினான். எப்படி? கால்நடையாகத் தன் உயிரைக் காப்பாற்றிக்கொள்வதற்கு ஓடினான். அப்பொழுது ஒரு வார்த்தையின் பொருளை வெகு நன்றாக அறிந்துகொண்டான். அந்த வார்த்தைதான் 'முடியாது'. தன் சைனியத்தைக் காப்பாற்ற முடியாது என்று அறிந்தான். தன் உடலைக் காப்பாற்ற முடியாது என்று அறிந்தான். கடைசியில் பிடிபட்டு ஹெலனா தீவில் சிறை வைக்கப்பட்ட பொழுது, தனக்கு விடுதலை கிடையாது என்று அறிந்துகொண்டான். முடியாது என்று ஒன்றையும் ஒப்புக்கொள்ளாத நெப்போலியன் தன்னால் எவ்வளவோ காரியங்கள் முடியாது என்பதை அறிந்துகொண்டான். நெப்போலியனிடம் அனுதாபம் கொண்ட சில சரித்திர ஆசிரியர்கள் நெப்போலியன் தொடங்கிய அனேக யுத்தங்கள் அவன் விரும்பாமலேயே அவன் நடத்தவேண்டி வந்தன என்று அபிப்ராயப்படுகிறார்கள். அதாவது நெப்போலியனும் விதிக்கு ஒரு காயாக ஆனான் என்று நினைக்கிறார்கள்.

மனிதன் செயல்களும் அச்செயல்களின் விளைவுகளும் மனிதன் மதியின் ஆட்சிக்கு உட்பட்டு இயங்கிக்கொண்டிருக்கின்றனவா? அல்லது அவனுக்கு மீறிய ஒரு சக்திக்கு, விதிக்கு, உட்பட்டு இயங்குகின்றனவா, இது மிகவும் ரஸமான ஆராய்ச்சிதான். மனிதன் செயல்களின் கதி, மதியைப் பொறுத்ததா? விதியைப் பொறுத்ததா?

நாம் ஒன்று நினைக்கிறோம், தெய்வம் ஒன்று நினைக்கிறது என்று அடிக்கடி சொல்கிறோம். 'அவன் அன்றி ஓரணுவும் அசையாது' என்று பெரியவர்கள் சொல்லக் கேட்டிருக்கிறோம். அவன் அன்றி ஒன்று அசையாவிட்டால் நாம் ஏன் சிறிதளவாவது சிரமப்படவேண்டும். 'எல்லாம் எனையாளும் ஈசன் செயல்' என்று சொல்லிக்கொண்டு சும்மா இருந்துவிட்டுப் போகலாமே. அல்லது

முயற்சி திருவினையாக்கும் என்று நம் பலத்தில் நம்பிக்கையுடன் காரியங்களை நிறைவேற்ற முயன்றால், நெப்போலியனுக்கு ஏற்பட்டதுபோல் தோல்விகளும் ஏற்படுகின்றனவே. உண்மையுடன், நியாயத்துடன், வேகத்துடன் பிரயாசைப்பட்ட செயல்களும் அனேக தடவைகளில் பலன் தருவதில்லையே! அது எதனால்? மனிதன் தன் சொந்த முயற்சியில் ஒரு நம்பிக்கையை வைத்து வாழ்வில் வெற்றி காண முயற்சிப்பதா? அல்லது கடவுள் மேல் பாரத்தைப் போட்டுவிட்டு வாளாயிருந்துவிட்டால் வெற்றி தானாக வந்துவிடுமா?

மனிதன் விதியின் விளையாட்டுப் பொம்மை என்பதை அடிக்கடி சொல்லக் கேட்டிருக்கிறோம். விதியை மாற்றும் சக்தி மனிதனுக்கு இல்லை என்றும் சொல்லுவார்கள். அன்று எழுதினவன் அழித்து எழுதப்போவதில்லை என்று நம் தலைவிதியைப்பற்றிப் பேசுவது வழக்கம் அல்லவா? உமார்காயம் சொன்னார்:

எல்லாம் இங்கோர் சூதாட்டம்
இரவும் பகலும் மாறாட்டம்
வல்லான் விதியே ஆடுமகன்
வலியில் மனிதர் கருவிகளாம்
சொல்லா தெங்கும் இழுத்திடுவான்
ஜோடி சேர்ப்பான், வெட்டிடுவான்
செல்லா தாக்கி ஒவ்வொன்றாய்
திரும்ப அறையில் இட்டிடுவான்

மேலும் அவர் சொல்லுகிறார்:

எழுதிச் செல்லும் விதியின் கை
எழுதி எழுதி மேற் செல்லும்
தொழுது கெஞ்சி நின்றாலும்
சூழ்ச்சி பலவும் செய்தாலும்
வழுவிப்பின்னாய் நீங்கி யொரு
வார்த்தையேனும் மாற்றிடுமோ?
அழுத கண்ணீ ராறெல்லாம்
அதிலோர் எழுத்தை அழித்திடுமோ

(தே. வி. மொழிபெயர்ப்பு)

திருவள்ளுவரும் ஊழின் அசைக்கமுடியாத தன்மையைப்பற்றி

அழுத்தமாகச் சொல்லியிருக்கிறார்.

> *ஊழின் பெருவலி யாஉள மற்றுஒன்று*
> *சூழினும் தான் முந்துறும் (330)*

நாம் அதிலிருந்து தப்பித்துக்கொள்ள எவ்வளவு முயன்றாலும், அது நம் முன் வந்து நம்மை ஆட்டி வைக்கிறதாம். அப்படிப்பட்ட ஊழின் வலியைப் போன்று பிறிதொன்று என்ன இருக்கிறது என்று கேட்கிறார், தெய்வப் புலவர் திருவள்ளுவர்.

விதியின் வலிமையை வற்புறுத்திச் சொல்லும் புராணங்களும் காவியங்களும் ஏராளமாக இருக்கின்றன. கிரேக்க நாடகங்கள் பெரும்பாலும் விதியுடன் மனிதன் போராடுவதையே சித்திரித்துக் காட்டியிருக்கின்றன. ஆனால், அன்றாட வாழ்க்கையில்கூட, சில செயல்கள் விதியின் தன்மையை நமக்கு ஞாபகமூட்டத்தான் செய்கின்றன. ரயில் விபத்து, பூகம்பம், யுத்தம், முதலிய அசாதாரணமான சந்தர்ப்பங்களில், அசாதாரணமான நிலையில்கூட மனிதர்கள் ஒரு சேதமுமில்லாமல் பிழைத்திருக்கிறார்கள். அப்பொழுது, ‘அவன் ஆயுசு கெட்டி. தலை எழுத்து நன்றாக இருக்கிறது’ என்று சமாதானம் சொல்கிறோம். சமீப காலத்திற்கு முன்பு ஏற்பட்ட தூத்துக்குடி ரயில் விபத்தில் பின் வண்டியில் இருந்த நண்பர், முன் வண்டியில் தன் நண்பனுடன் பேசுவதற்குப் போய் உட்கார்ந்தார். பின் வண்டிக்குச் சேதமில்லை. முன் வண்டி நாசமாயிற்று. முன் வண்டியில் இருந்தவர் ஒருவர் இறங்கி தண்ணீர் பிடித்துக்கொண்டிருந்தார். தண்ணீர் பிடித்து முடிவதற்குள் ரயில் கிளம்பி மெதுவாகப் போய்க்கொண்டிருந்தது. அவர் ஓடிப்போய் பின் வண்டியில் தொத்தி ஏறிக்கொண்டார். அவர் தப்பித்தார். ஆனால் முன் வண்டியிலிருந்த அவர் குடும்பத்தினர் மாண்டனர். இத்தகைய சம்பவங்கள் யதேச்சையாக ஏற்படுகின்றனவா? அல்லது அதற்கு அடிப்படையில் வேறு விசேஷங்கள் இருக்கின்றனவா?

இந்தப் பிரச்னையை வெகு நன்றாக, க. நா. சுப்ரமண்யம் ‘விதியும் மதியும்’ என்ற கதையில் விவாதித்திருக்கிறார். ஒவ்வொரு கோணத்திலும் ஒவ்வொரு விதமாக அதை விவாதிக்கிறார்கள் அக்கதையில் வரும் நண்பர்கள். அதில் சொல்லப்படும் ஓர் உதாரணம் இது. அதுவும் நடந்த சம்பவம்தான். மலையிலிருந்து, ஒரு கார் கீழே வந்துகொண்டிருக்கிறது. மலை செங்குத்தான மலை. நிறைய (Hair Pin Bend) வளைவு கொண்ட பாதை.

பாதையின் ஒருபக்கத்தில் 'கிடுகிப்' பாதாளம். ஓர் இடம் வரும் பொழுது காரில் ஏற்பட்ட கோளாறினால், வண்டி இயங்காமல் உருண்டு சென்றுகொண்டிருக்கிறது. ஆனால் மோட்டார் ஓட்டுபவர் அதை ஒன்றும் செய்து சமாளிக்க முடியவில்லை. அந்த வண்டியில் ஒரு தாய் தன் குழந்தையுடன் பின்வரிசையில் உட்கார்ந்துகொண்டிருந்தாள். அவளுக்கு நிலைமை புரிந்தது. 'சாவு' என்னவோ நிச்சயம். கார் மலையிலிருந்து உருண்டு கீழே விழத்தான் போகிறது. குழந்தையாவது பிழைத்துப் போகட்டும்' என்று எண்ணி தன் குழந்தையை ரஸ்தாவின் ஓரமாக விட்டெறிந்தாள். கார் உருண்டுகொண்டே சென்று ரஸ்தாவைத் தாண்டி பாதாளத்தை நோக்கி விரைந்தது. ஆனால் மறுநிமிஷம் நின்றது. ஒரு மரம் அதை அப்படியே தடுத்து நிறுத்திவிட்டது. ஒருவருக்கும் சேதமில்லை. ஆனால் காருக்கு வெளியே விழுந்த குழந்தையின் மண்டை கல்லில் மோதி இறந்தது. இப்படிப்பட்ட நிகழ்ச்சிகள் நம்மைச் சிறிதேனும் சிந்திக்கச் செய்யாமலிருக்காது. எதிர்பாராதபடி, யதேச்சையாக விபரீதமாக நடக்கும் சில நிகழ்ச்சிகள்கூட ஏதோ ஒரு நியதிக்குட்பட்டுத்தான் நடந்திருக்குமோ, என்ற எண்ணத்தை எழுப்பாமலிருப்பதில்லை. ஈஸ்வர சிருஷ்டியில், எல்லாமே ஒரு விதிக்கும், நியதிக்கும் கட்டுப்பட்டுத்தான் நடக்கின்றன. அப்படி இல்லாவிட்டால் ஒரு விஞ்ஞானமும் வளர்ந்திருக்க முடியாது. நமக்குப் புரியவில்லை என்பதனால் அதை சந்தர்ப்பம் என்றோ, அதிர்ஷ்டம் என்றோ ஏதாவதொரு வார்த்தையைச் சொல்லி சமாதானம் செய்துகொள்கிறோம்.

விதி எவ்வளவு தூரம் மனிதன் செயல்களைப் பாதிக்கிறது? விதி, கர்மா, ஊழ்வினை முதலியனவெல்லாம் மனிதன் முயற்சிகளை அழித்துவிடக்கூடியன என்பது போன்றதொரு எண்ணம் பலரிடம் இருந்துவந்திருக்கிறது. மனிதனுடன் போட்டி போட்டுக்கொண்டு குறுக்கே நிற்கிறதா? சமூகத்துடன் போராடுவதுபோல், விதியுடனும் மனிதன் போரிட வேண்டியிருக்கிறதா? இந்தியர்களைப்பற்றிச் சொல்லும் பொழுது, மேல்நாட்டு அறிஞர் சிலர் விதியிடம் உள்ள அபரிமிதமான நம்பிக்கையே இந்தியர்களைச் செயலற்றவர்களாக்கியிருக்கிறது என்று அபிப்ராயப்பட்டிருக்கிறார்கள். அதாவது தன் நம்பிக்கையை இழக்கச் செய்து, வாழ்விலே பிடிப்பில்லாதவர்களாகச் செய்துவிட்டதாம். தான் செய்யும் செயல்களின் விளைவிற்கு

தான் மாத்திரம் பொறுப்பில்லை என்று நினைப்பவன், சிறிது தன் நம்பிக்கை இழந்து, விதியிடமோ, தெய்வத்திடமோ, நம்பிக்கை வைக்கலாமல்லவா?

ஆனால், கர்மா என்ற தத்துவம் அதற்கு எதிரிடையான கொள்கையாகத்தான் இருந்து மனிதனுக்கு தன் நம்பிக்கையைக் கொடுக்க வல்லதாயிருக்கிறது. அன்றாட வாழ்க்கையில் நாம் தினந்தோறும் பார்க்கிறோம். மனிதர்களிடம் எத்தனையோ விதமான ஏற்றத்தாழ்வுகள் இருக்கின்றன. ஒருவன் செல்வத்தில் திளைக்கிறான். மற்றவன் வறுமையில் உழல்கிறான். ஒருவன் மிகுந்த செல்வாக்குள்ளவனாயிருக்கிறான். மற்றவனை மதிப்பாரேயில்லை. ஒருவன் உலகம் போற்றும் அறிவாளியாகவோ, கலைஞனாகவோ பிரகாசிக்கிறான். மற்றவன் ஒன்றுக்கும் உதவாத அறிவில்லாதவனாக அவதிப்படுகிறான். ஒருவன் 'தொட்டதெல்லாம் பொன்னாகிறது'. மற்றவன் முன்னவனைப்போலப் புத்திசாலியாக இருந்தாலும் தொட்டதெல்லாம் கருகிவிடுகிறது. ஒருவனுக்குக் குடும்பத்தில் ஒற்றுமை எப்பொழுதும் நிலவுகிறது. மற்றவன் குடும்பமோ எப்பொழுதுமே நாயும் பூனையும் போலத்தான். இப்படிப்பட்ட ஏற்றத்தாழ்வுகள் ஏன்? இந்த வித்தியாசமான நிலைகளும் குணங்களும் ஏன்? இதற்கு யார் பொறுப்பாளி. விதியோ, தெய்வமோ இந்த ஏற்றத்தாழ்வுகளை உண்டுபண்ணுகிறதா? இல்லை, நாம்தான் பொறுப்பாளி என்று ஆணித்தரமாகச் சொல்லுகிறது 'கர்மா' என்ற கொள்கை. நம்முடைய சுகத்திற்கும் கஷ்டத்திற்கும் நாமேதான் பொறுப்பாளி வேறு ஒருத்தரும் இல்லை என்கிறது கர்ம சித்தாந்தம். தினை விதைத்தவன் தினை அறுக்கிறான். வினை விதைத்தவன் வினை அறுக்கிறான். நெல்லை விதைத்துவிட்டு நாம் கோதுமையை எதிர்பார்ப்பதில்லை.

ஆகவே நல்லது செய்தால் நல்ல பயன். கெட்டது செய்தால் கெட்ட விளைவு என்பதுதான் 'கர்மா' கொள்கை. 'விதியுண்டு, தொழிலுக்கு விளைவு உண்டு' என்றார் பாரதி. நம் செயல்கள் ஒன்றும் வீணாவதில்லை. விதையை நாம் பூமியில் தூக்கியெறிந்துவிட்டால்கூட, என்றோ ஒருநாள் அது முளைத்துவிடுகிறது. விஞ்ஞானத்தில் பௌதிக சாஸ்திரத்தில் ஒரு விதியிருக்கிறது. செயலும் அதன் விளைவும் சமமாகவும் எதிராகவும் உள்ளன என்பதுதான் (Action and Reaction is equal and opposite). ஒருவன் ஒரு பாத்திரத்தை உருட்டினால் அந்தப் பாத்திரம்

தள்ளினவன் கொடுத்த வேகத்திற்குச் சமானமான வேகத்தோடு எதிர்த்திசையில் ஓடுகிறது. இந்த விதி பௌதிக சாஸ்திரத்திற்கு மாத்திரம் என்பதில்லை. எல்லாச் செயல்களுக்கும் சரிசமமான விளைவு இருக்கத்தான் செய்கிறது. செயல்கள், வெளிப்படையாக இருக்கலாம் அல்லது உள்நோக்கியதாக இருக்கலாம். நாம் நினைப்பது, விரும்புவது, வெறுப்பது இவைகளும் செயல்கள்தான். தார்மீகத்திலும் செயலுக்கு விளைவு உண்டு. அதுதான் கர்மா. நல்லது செய்தால் நல்ல பலன் உண்டு. தீமைக்குத் தீமை உண்டு. அது கர்மத்தின் அடிப்படை.

ஆனாலும், நாம் கேட்டிருக்கிறோம், உலகத்தில் நீதியென்பதே கிடையாது போலும். மகா அயோக்கியன் வெற்றி பெறுகிறான். நல்லவன் படுதோல்வி அடைகிறான். கடவுளுக்குக் கண்ணில்லையா? இதுதான் கடவுளின் நியதியா? இது என்ன விபரீதம் என்றெல்லாம் சொல்லக் கேட்கிறோம். கெடுதல் செய்பவன் ஏன் கெடுதலை அடையவில்லை என்று ஆச்சர்யப்படுகிறோம். நம்மில் ஒரு பழமொழி உண்டு. 'தெய்வம் நின்று கொல்லும், அரசன் அன்று கொல்வான்.' சமூகச்சட்டத்தை மீறும் பொழுது பலன் உடனே கிடைக்கிறது. ஆனால் தார்மீகச் சட்டங்களை மீறும் பொழுது பலன் உடனுக்குடனேயே கிடைக்காவிட்டாலும் பலன் நிச்சயமாக உண்டு. சில வியாதிகள் 24 மணிநேரத்தில் ஆளைக் கொல்கின்றன. சில வியாதிகள் அனேக வருஷங்களுக்குப் பிறகு தங்கள் கைவரிசையைக் காட்டுகின்றன. சில மருந்துகள் உடனே பிடிக்கின்றன. சில நாட் கழித்துப் பலன் கொடுக்கின்றன. மனிதன் வாழ்வு, இந்த வாழ்வுடன் முடிந்துவிடுவதில்லை. அவனுக்கு முன் ஒரு ஜன்மம் இருந்திருக்கிறது. பின்பும் மறு ஜன்மம் உண்டு. 'கர்மா'வின் அடிப்படையே, இந்த மறு ஜன்மம் என்ற அஸ்திவாரத்துடன் இணைக்கப்பட்டு நிற்கிறது. நல்லவன் கஷ்டப்படும் பொழுது, 'ஐயோ பாவம், ஒரு தவறும் செய்யாதவன். பூர்வ ஜன்ம பாவம் இப்பொழுது அனுபவிக்கிறான்' என்று சொல்கிறோம். நல்லது செய்தாய் நல்லது அனுபவிக்கிறாய். கெடுதல் செய்தாய் கேடு அனுபவிக்கிறாய் என்று அறவழியிலே செல்வதற்கும் அது ஒரு தூண்டுகோலாக இருக்கிறது... மனிதன் ஒவ்வொருவனுக்கும் ஒரு பேரேடு போட்டு, நல்ல காரியம் செய்தால் புண்ணியம் என்று வரவு வைத்தும், கெடுதல் செய்தவனுக்குப் பாபம் என்று பற்று எழுதியும் சித்திரகுப்தன் கணக்கு எழுதிவருவதாகப் புராணம்

சொல்கிறது. ஆனால் பலன்களை அனுபவிக்க யமலோகத்திற்கோ, நரகலோகத்திற்கோ போகவேண்டியதில்லை. அவைகளை இங்கேயே அனுபவித்துவிடுகிறோம். ஆகவே, நாம் என்ன செய்கிறோம் என்று யோசித்து நல்ல காரியங்களையே செய்யத் தூண்டியிருக்கிறார்கள். அவனவன் செய்த வினைகளின் பயனை அவனவனே அனுபவித்தாக வேண்டுமே தவிர, விதியோ வேறு புறம்பான வஸ்து ஒன்றோ அவனைக் காப்பாற்றிவிடாது. இதைக் கிருஷ்ணபரமாத்மாவே நன்றாக எடுத்துக்காட்டியிருக்கிறார்.

துர்யோதன சகோதரர்கள் இறந்துபோன துக்கத்தை விசாரிக்க தருமருடன் கிருஷ்ண பரமாத்மாவும் காந்தாரியிடம் சென்றார். காந்தாரிக்குப் பொறுக்கமுடியாத வேதனை. கண்ணனைப் பார்த்துச் சொன்னாள். "இந்த கோர யுத்தத்தை நிறுத்தி என் குழந்தைகளைக் காப்பாற்றியிருக்க முடியும். ஆனால் அதைச் செய்ய மறுத்துவிட்டாய். என் மக்கள் இறந்ததற்கு நீயேதான் முழுமையும் பொறுப்பாளி, உன்னைச் சபிக்கப்போகிறேன்" என்று குமுறினாள். கிருஷ்ண பரமாத்மா சொன்னார், "தாயே, நீங்கள் நினைப்பது கொஞ்சமும் சரியல்ல. துர்யோதனும் அவன் சோதரர்களும் அவர்களுடைய அதர்மத்தாலேயே அழிந்தார்கள். நான் விரும்பியிருந்தாலும் அவர்களைக் காப்பாற்றியிருக்க முடியாது" என்று சொன்னார்.

மற்றொரு கதையையும் பார்க்கலாம், ஒரு சிறுவனைப் பாம்பு ஒன்று கடித்தது. சிறுவன் தாயார் அந்தப் பாம்பைப் பிடித்துக் கொல்லப் போனாள். அது சொல்லியது, "அம்மா, என்னை ஏன் கொல்ல வருகிறாய், உன் மகன் சாவிற்கு நான் பொறுப்பாளியல்ல. யமனைப் போய்க் கேள்" என்றது. அவளும் யமனிடம் சென்றாள். யமன் சொன்னான், "உன் மகனைக் கொல்வதில் எனக்கு என்ன சந்தோஷம். நான் காலத்திற்கு அடிமைப்பட்டவன். காலத்தைப் போய்க் கேள்" என்றான். காலத்திடம் சென்றாள். காலம் சொல்லியது: "நான் மாத்திரம் என் இஷ்டப்படி செய்யமுடியுமா? நானும் ஒரு விதிக்குக் கட்டுப்பட்டுத்தான் காரியங்களைச் செய்கிறேன். உன் குழந்தை அவன் கர்மாவின் பலனை அனுபவித்தான். அதை நிறைவேற்றுவதுதான் என் விதி" என்றது.

இதைப்பற்றி யாக்ஞவல்கிய ஸ்மிருதி சொல்கிறது: 'எந்தச் செயலும்,

விதியாலும் மனிதன் முயற்சியாலும் நிறைவேற்றப்படுகிறது. அவற்றுள் விதி என்பது பூர்வ ஜன்மத்தில் செய்த காரியங்களின் வினைதான். நாம் பலன்களை விதியின் பயனாகவோ, சந்தர்ப்ப விசேஷத்தாலோ, அதிருஷ்டத்தாலோ அல்லது முயற்சியினால்தானோ எதிர்பார்க்கிறோம். எல்லாம் சேர்ந்தே மனிதனுக்குப் பலன்களைக் கொடுக்கின்றன. எப்படி இரதம் ஓடுவதற்கு இரண்டு சக்கரங்கள் தேவையோ அப்படியே மனிதன் வாழ்க்கைச் சக்கரமும் இரண்டு சக்கரங்களைக் கொண்டுதான் ஓடுகிறது. ஒன்று விதி. மற்றொன்று மனிதன் முயற்சி.'

மனுஸ்மிருதியும் இதைப்போலவே சொல்கிறது. 'மனிதனுடைய செயல்களின் பலாபலங்கள் விதியினாலும் முயற்சியினாலும் ஏற்படுகின்றன. விதி மனிதனை மீறி நிற்பது. ஆகவே அதைப்பற்றிச் சிந்திக்க வேண்டாம். முயற்சியை விடாதே.'

பாரதத்திலும் முயற்சியின் அவசியத்தைப்பற்றி, சந்தேகத்திற்கு இடமின்றிச் சொல்லப்பட்டிருக்கிறது. 'விதைக்காமல் பூமியை எவ்வளவுதான் உழுதாலும் பயிர் உண்டாகாது. அப்படியே மனிதனுடைய பிரயாசையில்லாமல் விதி மாத்திரம் ஒன்றும் பலன் அளிக்காது. மனிதனுடைய பிரயாசை (மதி) நிலம் என்றால், விதி விதையாகும். மனிதன் முயற்சியிலிருந்து ஏற்பட்ட சுகதுக்கங்களை நாம் தினசரி காண்கிறோம். நல்ல காரியத்திலிருந்து நல்லதும் கெட்ட காரியத்திலிருந்து கெட்டதும் பிறக்கின்றன. மனிதன் பிரயாசைப்பட்டால்தான் பலன் உண்டு. முயற்சியில்லாமலிருந்தால் பலன் தானாக வராது. முயற்சியாலும் தவத்தாலும் எதையும் சித்தியடையலாம். முயற்சி செய்யாமல் விதியை மாத்திரம் நம்பிக்கொண்டிருந்தால் ஒன்றும் கிடைக்காது' என்று நன்றாகச் சொல்லியிருக்கிறார் வியாசர்.

நமது பாரதி சொன்னார்:

காலத்தின் விதி மதியைக்
கடந்திடுமோ? என்றேன்
"காலமே, மதியினுக் கோர்
கருவியாம்" என்றார்.

ஆகவே, நாம் 'நன்றே செய்க. அதுவும் இன்றே செய்க' என்று பெரியவர்கள் சொல்வதைப் பின்பற்றலாம்.

முடிவுரை

ஒருநாள் தெரு வழியாக பக்த மணி ஒருவர் போய்க்கொண்டிருந்தார். வெயிலின் கடுமையைத் தாங்க முடியாமல் ஒரு வீட்டின் நிழலோரம் ஒதுங்கினார். அது ஒரு விலைமகளின் வீடு. அந்தச் சமயத்தில் எதிர்ப்பக்கத்திலிருந்து ஒரு சவ ஊர்வலம் வந்துகொண்டிருந்தது. வீட்டிற்குள்ளிருந்த பெரிய பெண்மணி தன் மகளைப் பார்த்துக் கேட்டாள். "அதோ போகிறானே, அவன் சுவர்க்கத்திற்குப் போகிறானா? நரகத்திற்குப் போகிறானா? பார்த்துவிட்டு வந்து சொல்" என்று கட்டளையிட்டாள். சின்னவள் தலையை நீட்டி வெளியே பார்த்துவிட்டு, "அம்மா சுவர்க்கத்திற்குத்தான் போகிறான்" என்றாள். வாசலிலே நின்ற பக்தமணி திக்பிரமை கொண்டு நின்றார். எவ்வளவோ சாத்திரங்கள் கற்றும், கடவுளை அல்லும் பகலும் வழிபட்டும், தன்னால் இறந்தவன் சுவர்க்கத்திற்குப் போகிறான் அல்லது நரகத்திற்குப் போகிறான் என்று கண்டுபிடிக்க முடியவில்லை. ஆனால் இந்த விலைமாது எப்படிக் கண்டுபிடித்தாள் என்று ஆச்சரியத்துடன், அவளை வணங்கி "அம்மா, தாங்கள் செயற்கரிய செய்கைகளையெல்லாம் செய்கிறீர்கள். உங்களை வணங்குகிறேன். இந்த மனிதன் சுவர்க்கத்திற்குப் போகிறான் என்பதை எப்படி அறிந்தீர்கள்" என்று பணிவுடன் கேட்டார். "ஐயா, இதில் மூடு மந்திரம் பிரும்ம ரகஸ்யம் ஒன்றும் இல்லை. நல்ல மனிதன் ஒருவன் இருந்தால், 'ஐயோ, பாவம். நல்ல மனிதன் போய்விட்டான்' என்று அனுதாபத்தால் அனேகர்

பின்செல்வார்கள். கெட்டவன் இறந்தால், 'பாவி தொலைந்தான்' என்று நினைத்துக்கொண்டு பிணத்துடன் வரமாட்டார்கள். ஆகவே அனுதாபங் கொண்ட கூட்டத்தைக் கொண்டு செல்லும் எந்த ஜீவனும் நிச்சயமாக சுவர்க்கத்திற்குத்தான் போகும். அது இல்லையேல் நரகத்திற்கு நேராகப் போகும். இதில் ஆச்சரியம் என்ன இருக்கிறது?" என்றாளாம். (காலஞ்சென்ற சூலமங்கலம் வைத்தியநாத பாகவதர் சொல்லும் உபகதைகளில் ஒன்று).

சுவர்க்கம் எங்கிருக்கிறது? நரகம் எங்கிருக்கிறது? என்று ரயில்வே அட்டவணைகளையும் பூகோளப் புத்தகங்களையும் அல்லது வான சாஸ்திரப் புத்தகங்களையோ புரட்டிப் பார்த்தால் அகப்படாது. சந்திரனுக்குப் போவது இப்பொழுது சாத்தியமாகிவிட்டது. சூரியனுக்கும் மற்ற இதர மண்டலங்களுக்கும் பாதைகளும் வாகனங்களும் அமைத்து நாம் போய்ச் சேர்ந்துவிடலாம். இவ்வளவு தூரம் விஞ்ஞானம் முன்னேறியிருக்கும் பொழுது, நரகத்தையும் சுவர்க்கத்தையும் கண்டுபிடித்து அதற்குப் பாதை அமைப்பதுதானா முடியாத காரியம். அவைகள் எங்குதானிருக்கின்றன?

ஓர் ஆவி கடவுளின் முன்னே நின்றது. கடவுள் சொன்னார், "மனிதனே, நீ பாபம் ஒன்றைத்தவிர வேறு எதையும் செய்ததில்லை. ஆகவே, உன்னை நரகத்திற்கு அனுப்பப் போகிறேன்" என்றார்.

"அது உங்களால் முடியாது" என்றது மனிதன்.

"ஏன் முடியாது?" என்றார் கடவுள்.

"நான் என் வாழ்நாள் முழுவதும் நரகத்தில்தானே இருந்திருக்கிறேன்."

"அப்படியானால் உன்னை சுவர்க்கத்திற்கு அனுப்பட்டுமா?"

"அதுவும் உங்களால் முடியாது!"

"ஏன் முடியாது?"

"நான் அதை ஒரு விநாடிப் பொழுதுகூட கற்பனை செய்துகொண்டதில்லையே!"

கடவுள் பதில் பேசவில்லை.

(ஆஸ்கார் ஒயில்டின் வசன கவிதை)

சுவர்க்கம், நரகம், விண், மண், இவையெல்லாம் எங்கேயோ வேறு ஓர் இடத்திலும் இருக்கவில்லை. அவைகள் நம்மிடையேதான் இருக்கின்றன. நம் மனம், வாழ்க்கை, செயல் இவைகள்தான் சுவர்க்கத்தையும் நரகத்தையும் உண்டுபண்ணுகின்றன. மண்ணை விண்ணாக்குகின்றன. விண்ணை மண்ணாக்குகின்றன. சுவர்க்கம், நரகம், சிவபோகம், வைகுந்தம் இவையெல்லாம் செத்த பிறகு நாம் போய்ச்சேரும் உலகங்கள் இல்லை. அவைகள் இங்கேதான் இருக்கின்றன என்று ஆணித்தரமாகச் சொல்லியிருக்கிறார் பாரதி.

செத்த பிறகு சிவலோகம், வைகுந்தம்,
சேர்ந்திடலாமென்றே எண்ணி யிருப்பார்
பித்த மனிதர், அவர் சொலுஞ் சாத்திரம்
பேயுரை யாமென்றிங் கூதேடா சங்கம்
இத்தரை மீதினிலே, யிந்த நாளினில்
இப்பொழுதே முக்தி சேர்ந்திட நாடிச்
சுத்த அறிவு நிலையிற் களிப்பவர்
தூய வராமென் றிங்கூதேடா சங்கம்

என்று சுத்த அறிவு கொண்டு நிற்கும் தூயவர் எவர் என்பதையும் வர்ணித்திருக்கிறார்.

அமீபா பூச்சியிலிருந்து மனிதன் என்ற ஜீவ ஜந்து வரையில் உயிரினத்தின் பரிணாமம் வளர்ந்து வந்திருக்கிறது. இந்தப் பரிணாமம் போலவே, மனிதனுக்கு உள்ளேயும் ஒரு பரிணாமம் இருக்கிறது. ‘மனிதனே, நீ ஒரு புழு நிலையிலிருந்தாய். இன்னும் புழுவின் தன்மை உன்னைவிட்டுப் போகவில்லை’ என்றார் நீட்ஷே. மனிதன் புழு நிலையிலிருந்து வளர்ந்து, உள் ஒளி பெறும் அளவிற்கு வளர்ச்சி ஏற்படும் பொழுதுதான் அவன் ஜீவன் முக்தன் ஆகிறான். வீடு பெறுகிறான். மோட்சத்தை அடைபவனும் சுவர்க்கத்தை அடைபவனும் வேறு எங்கேயும் போகவேண்டியதில்லை. அது ஒரு மனநிலைதான் என்று சொல்லுகிறார் பாரதியார்.

முக்தி என்றால், விடுதலை அல்லது வீடு என்று சொல்லுகிறார்கள். எதிலிருந்து விடுதலை. எங்கிருந்து விடுதலை.

அஞ்ஞானத்திலிருந்து விடுதலை
அகங்காரத்திலிருந்து விடுதலை
பந்தங்களிலிருந்து விடுதலை
பயத்திலிருந்து விடுதலை

உபநிஷத் சொல்லுகிறது:

> ஸத்தில்லாததிலிருந்து ஸத்திற்கு அழைத்துச்செல்
> இருட்டிலிருந்து ஒளிக்கு அழைத்துச்செல்
> மரணத்திலிருந்து அமரத் தன்மைக்கு அழைத்துச்செல்

தோற்றத்திலிருந்து உண்மையைக் கண்டுபிடிப்பதும், திரையை நீக்கி ஒளியைக் காண்பதும், மரண பயத்தை வென்று அழிவற்றவனாவதும், வேறு உலகத்தில் இல்லை. இந்த உலகத்திலேதான். இந்த நிலையில்தான் விண்ணும் மண்ணும் கலந்து நிற்கிறது.

இந்த நிலை, ஜீவன் முக்த நிலை, எப்படிப்பட்டது என்பதை நம்மாழ்வார் விளக்கமாகச் சொல்லியிருக்கிறார்.

> நன்றாய் ஞானம் கடந்து போய்,
>   நல் இந்திரியம் எல்லாம் ஈர்த்து
> ஒன்றாய்க் கிடந்த அரும்பெரும் பாழ்
>   உவப்பு இல் அதனை உணர்ந்து உணர்ந்து
> சென்று ஆங்கு இன்ப துன்பங்கள்
>   சென்று களைந்து பசை என்றால்
> அன்றே அப்போதே வீடு
>   அதுவே வீடு, வீடாமே.
> அதுவே வீடு, வீடு பெற்று
>   இன்பம் தானும் அதுதேறி
> எதுவே தானும் பற்று இன்றி
>   யாதும் இலிகள் ஆகிற்கில்
> அதுவே வீடு, வீடு பேற்று
>   இன்பம் தானும் அது தேறாது
> எதுவே வீடு? எது இன்பம் என்று
>   எய்த்தார் - எய்த்தார் - எய்த்தாரே.

இப்படிப்பட்ட ஒரு நிலையையே, தம்ம பதத்தில் புத்தர் சொல்கிறார், 'எவன் அடைந்திருக்கிறானோ, அவனேதான் பிராமணன். பிறப்பினால் மாத்திரம் ஒருவன் பிராமணன் ஆகிவிடுவதில்லை' என்கிறார்.

(தன்னடக்கம், ஆன்ம ஞானம் என்ற) இரண்டு தர்மங்களிலும், அக்கரை கண்ட பிராமணனுக்கு, அனைத்தையும் அறியும் ஆற்றல் உள்ளவனுக்கு, பந்தங்கள் யாவும் ஒழிகின்றன.

எவன் தியானத்துடன் உள்ளானோ, ஆசைகளற்றவனோ, நிலையான அமைதியுள்ளவனோ, கடமைகளைச் செய்து முடிப்பவனோ, எவன் மாசற்றவனோ, எவன் உத்தமமான ஞானியின், முடிவான நிலையை அடைந்தவனோ அவனையே நான் பிராமணன் என்று அழைப்பேன்.

மெய், வாய், மனம் ஆகிய மூன்றிலும் பிறருக்குத் துன்பம் செய்யாது, இம்மூன்றிலும் அடக்கமுள்ளவனையே நான் பிராமணன் என்கிறேன்.

முடனே, சடைத்தலையாலும் மான் தோல் ஆடையாலும் என்ன பயன். புறத்தை நீ தூய்மை செய்கிறாய். உன் அகமோ தீமைகள் நிறைந்த காடாயிருக்கிறது.

வெகுளியை விட்டவன், கடமைகளில் கவனமுள்ளவன், ஒழுக்க விதிகளின்படி நடப்பவன், பரிசுத்தமானவன், தன்னடக்க முள்ளவன் எவனோ, எவன் இவ்வுடலைக் கடைசி உடலாகக் கொண்டுள்ளானோ, அவனையே நான் பிராமணன் என்று சொல்வேன்.

இந்த உலகில் தனக்கென்று அளிக்கப்படாத எதையும், அது நெடியதோ, குறுகியதோ, பெரிதோ, சிறிதோ, நல்லதோ, கெட்டதோ, ஏற்றுக்கொள்பவன் எவனோ, அவனையே நான் பிராமணன் என்று ஏற்றுக்கொள்வேன்.

இன்பமானவற்றையும் துன்பமானவற்றையும் கைவிட்டு, அமைதி பெற்றவன், மறுபிறவிக்குக் காரணமான வித்துகளை ஒதுக்கியவன் சகல உலகங்களையும் வென்ற வீரன், அவனையே பிராமணன் என்று சொல்வேன்.

(தம்ம பதம் - ப. ரா. மொழிபெயர்ப்பு)

சகல உலகங்களையும் வென்ற வீரன் என்று சொல்லும் பொழுது உலகத்தை ஜெயிக்கும் தளபதிகளையும் போர்வீரர்களையும் அவர் சொல்ல வரவில்லை. தன்னை ஜெயிப்பவன் உலகத்தில் உள்ள எல்லாவற்றையும் ஜெயித்துவிடுகிறான் என்பதைத்தான் சுட்டிக்காட்டியிருக்கிறார் புத்த பகவான். இதற்கு ஒரு உதாரணத்தைப் பார்ப்போம்,

வெற்றி வீரனான மகா அலெக்ஸாண்டர் தன் குருவிடம் சென்று

வணங்கி நின்றான். குரு தன் சிஷ்யனை ஆசீர்வதித்துவிட்டு, "இனி, என்ன செய்யப்போகிறாய்" என்று கேட்டார்.

"பாலஸ்தீனத்தை ஜெயிக்கப் போகிறேன்" என்றான் அலெக்ஸாண்டர்.

"அதன் பிறகு?"

"எகிப்தை அடையப் போகிறேன்."

"அதன் பிறகு?"

"பாரசீகம்."

"அதன் பிறகு?"

"இந்தியா."

"அதன் பிறகு?"

"உங்கள் ஆசிரமத்தைப் போன்று ஒன்றைக் கட்டிக்கொண்டு, தோட்ட வேலையில் ஈடுபட்டுக்கொண்டு நிம்மதியாகக் காலங்கழிப்பேன்" என்றான். குரு சொன்னார், "அப்படியானால், ஏனப்பா அதை நீ இப்பொழுதே செய்ய ஆரம்பிக்கக்கூடாது?" என்றார். அலெக்ஸாண்டர் பதில் பேசவில்லை. மௌனமாக குருவை வணங்கிவிட்டு யோசனையுடன் வெளியேறினான். உலகத்தை வெல்வதுபோல், தன்னை வெல்வது அவ்வளவு சுலபமான காரியமல்ல என்பதை அப்பொழுதே அறிந்துகொண்டான்.

தன்னை வென்றவன் ஜீவன் முக்தன். அவனுக்கு வாழ்விலே துன்பம் இல்லை, இன்பம் இல்லை, மரண பயம் இல்லை. இந்த நிலையில் எப்படி வாழ்ந்தார்கள் என்பதற்கு அநேகப் பெரியோர்களின் வாழ்க்கை நமக்குச் சான்றாக இருக்கின்றன. ஜீவன் முக்தரான சுவாங் சௌ என்ற சீன ஞானி மரண பயத்தை வென்றவர். அவருடைய மனைவி இறந்த பொழுது அவர் கொஞ்சமேனும் துக்கப்படவில்லை. அதைப்பற்றிக் கேட்ட பொழுது, அவர் சொன்னார், "இரவு பகல் எப்படி மாறி மாறி வருகிறதோ, அப்படி பிறப்பும் இறப்பும் வருவது நியதி. எப்படி நாம் பிறக்கிறோமோ, அப்படியே நாம் போகிறோம். பிறந்ததற்கு நாம் சந்தோஷப்படவும் வேண்டியதில்லை. மரணத்திற்கு நாம் வருத்தப்படவும் வேண்டியதில்லை" என்று சொல்லிவிட்டு,

தாம்பாளத்தில் கையினால் தாளம் போட்டுக்கொண்டிருந்தாராம்.

அவரே இறக்குந் தறுவாயிலிருந்த பொழுது அவருக்கு எந்தவிதமான சடங்கு வேண்டுமென்று கேட்ட பொழுது, அவர் சொன்னார், “ஆகாசமும் பூமியும் எனக்குச் சவப்பெட்டியாக இருக்கிறது. சூரியன், சந்திரன், நட்சத்திரங்கள் எனக்கு விளக்காக இருக்கின்றன. எல்லா ஜீவராசிகளும் என் ஊர்வலத்தில் பின்தொடர்கின்றன. வேறு என்ன சடங்கு வேண்டும்” என்றாராம்.

ஒரு சிஷ்யன் சொன்னான். “சவத்தைப் புதைக்காவிட்டால், கழுகுகள் தின்றுவிடுமே” என்று கேட்டான். ஞானியான சுவாங் செள பதில் சொன்னார்: “தரைக்கு மேலிருந்தால் கழுகுகளுக்கு ஆகாரமாவேன். தரைக்குள்ளிருந்தால் கரையானுக்கும் பூச்சிக்கும் ஆகாரமாவேன். ஒன்றினுடைய ஆகாரத்தைப் பிடுங்கி மற்றொன்றிற்குக் கொடுப்பானேன்” என்றார். மனம் எந்த பக்குவ நிலைக்கு வரும்போது அந்த வார்த்தைகள் வரும்.

திருமூலர்கூட, சடங்குகளைப்பற்றி இம்மாதிரியான கருத்தையே சொல்லியிருக்கிறார்.

காக்கை, கவரில் என்
கண்டோர் பழிக்கில் என்
பால் துளி பெய்யில் என்
பல்லோர் பழிக்கில் என்
தோல் பையுள் நின்று
தொழில் அறச்செய் தூட்டும்
கூத்தன் புறப்பட்டுப்
போன இக்கூட்டையே.

ஆனால், சிலர் சொல்கிறார்கள். ‘தாமரையிலைத் தண்ணீர் போல இருக்கும் பட்டும்படாத நிலை இருக்கிறதே, இது வாழ்விற்குப் பொருந்துமா? இந்தச் சோம்பேறி வேதாந்தம் பேசிப்பேசித்தானே நம் நாடு இந்த நிலையை அடைந்திருக்கிறது’ என்றும் சொல்லுவார்கள். ‘துறவு’ என்ற சொல்லுக்கு எல்லாவற்றையும் துறந்து காட்டிற்கும் மலைக்கும் போகவேண்டும் என்பது இல்லை. அரசனாக இருந்துகொண்டே ராஜ்ய பரிபாலனம் செய்த ஜனகர் ஒரு துறவிதான். கசாப்புக் கடையில் இருந்துகொண்டே இறைச்சி வியாபாரம் செய்த ஞானி தரும ஷயாதரும் ஒரு துறவிதான். துறவு

என்பது நாம் காரியம் ஒன்றும் செய்யாமல் இருப்பது என்றில்லை. செய்யும் காரியங்களின் பலனை எதிர்பாராமலிருப்பதுதான் என்பதை கீதை அழுத்தமாகச் சொல்லியிருக்கிறது. மனிதனுக்குக் 'கர்மா' மிகவும் அவசியமானது என்பதை வற்புறுத்தியிருக்கிறது.

பாரசீக மன்னனொருவன், சாகுந்தறுவாயிலிருந்தான். அப்பொழுது, தன் குருவைக் கேட்டான். "இவ்வளவு நாள் வாழ்ந்தும் வாழ்வின் தத்துவம் புரியவில்லை. எனக்கு அதை மிகவும் சுருக்கமாகச் சொல்லவேண்டும்" என்று பிரார்த்தித்தான். அவர் சொன்னார். "மனிதன் பிறந்தான், வாழ்ந்தான், இறந்தான்" என்றார்.

வாஸ்தவம்தான். ஆனால் பிறப்பதும் இறப்பதும் நம்முடைய முயற்சியால் அல்ல. ஆனால் வாழ்வது மாத்திரம் நம்மைப் பொறுத்ததுதான். வடமொழியிலே உள்ளதொரு நீதி மொழி சொல்கிறது. 'பொருள்கள் வீட்டிலே பிரிகின்றன. உறவினர்கள் மயானத்தில் பிரிகிறார்கள். அவனவன் செய்த நல்லதும் கெட்டதுமே அவனைப் பின்தொடர்கின்றன.'

மனிதன் செய்கிற நல்லதும் கெட்டதும் சித்ரகுப்தன் கணக்கில் ஏறினாலும் ஏறாவிட்டாலும் இந்த உலகத்திலேயே நின்று அவன் வாழ்ந்த வாழ்விற்குச் சாட்சியாக நிற்கின்றன.

மனிதன் வாழ்கிறான். அவன் வாழ்க்கையில் கண்ட கனவு, நினைத்த நினைவு, வாழ்ந்த வாழ்வு, எல்லாம் பூமியில் பதிந்து அவன் அடையாளமாக நிற்கின்றன.

வால்மீகி, கம்பன், காளிதாஸன், தாந்தே, இளங்கோ, ஷேக்ஸ்பியர் இவர்கள் வாழ்ந்தார்கள். உலகம் பயனுற்றது.

நாயன்மார்கள், ஆழ்வார்கள் தோன்றி வாழ்ந்தார்கள். மனிதன் உள்ளத்திலே பக்தி பெருக்கெடுத்தது.

தியாகய்யர், தீக்ஷிதர், சியாமாசாஸ்திரி தோன்றி வாழ்ந்தார்கள். மக்கள் நாவிலே இசை பெருகிற்று.

சங்கரர், இராமானுஜர், மத்வர் தோன்றினார்கள். மக்கள் இதயத்திலே ஞான ஒளி தூண்டியது.

நியூட்டன், ஐன்ஸ்டீன் முதலிய விஞ்ஞானிகள் தோன்றினார்கள். மனிதன் அறிவைப் பெருக்கினார்கள். ஆற்றலைப் பெருக்கினார்கள்.

மின்சாரத்தைக் கண்டுபிடித்தான் ஒருவன். அணுவைப் பிளந்தான் ஒருவன். சந்திரமண்டலத்தைப் பிடித்தான் ஒருவன். இவர்கள் மனிதன் சக்தியைப் பெருக்கினார்கள். இவர்கள் எல்லோருக்கும் உலகம் கடமைப்பட்டிருக்கிறது. இவர்கள் வாழ்ந்த வாழ்வு உலகத்தை வளம்படச் செய்திருக்கிறது. மனிதன் தினந்தோறும் இவர்களை நினைந்து வணங்கிவிட்டு எழுந்திருக்க வேண்டும். ஏனென்றால் இவர்கள் எல்லோருக்கும் அவன் கடனாளி. இவர்கள் வாழ்ந்து மனிதன் வாழ்வை உயர்த்தியிருக்கிறார்கள். உலகம் இவர்களுக்குக் கொடுத்ததைவிட, உலகத்திற்கு இவர்கள் அதிகம் கொடுத்திருக்கிறார்கள். இவர்கள் வாழ்ந்தார்கள், உலகம் உயர்ந்தது. இவர்கள் வாழ்ந்தார்கள், உலகம் பயனுற்றது. இவர்கள் வாழ்ந்தார்கள். தங்களுக்காகவல்ல, உலகத்திற்காக. இவர்கள் வாழ்வின் பயன் உலகத்தின் தவப்பயனாக ஆகியது. ஆகவே வீடு என்பது வேலையிலிருந்து விடுதலை என்பது இல்லை. வீடு பெற்றவன் செயலைத் துறந்தவன் என்பதில்லை. செயல்களின் பலாபலங்களைத்தான் துறக்கிறான்.

ஆர்த்தபாகர் என்பவர் யாக்ஞவல்க்கியரைக் கேட்டார். "மனிதன் இறந்துபோகையில் வாக் அக்னியை அடைகிறது. கண்கள் சூரியனை அடைகின்றன. மனது சந்திரனையும், காதுகள் திக்குகளையும், உடல் பூமியையும், இதயம் ஆகாசத்தையும், மயிர்க் காம்புகள் மருந்துச் செடிகளையும், தலைமயிர் செடிகொடிகளையும், ரத்தம் ஜலத்திலும் போய்ச் சேருகின்றன. அப்பொழுது, இந்த அந்தராத்மாவான புருஷன் எங்கு போய்ச் சேருகிறான்" என்றார். அப்பொழுது யாக்ஞவல்க்கியர் சொன்னார். "இப்படி வா. இது எல்லோரும் அறியக்கூடிய விஷயம் அல்ல. உனக்கு மாத்திரம் சொல்கிறேன்" என்று சொல்லித் தனியே அழைத்து, "கர்மா" என்று மாத்திரம் சொன்னார். மனிதன் என்ற வியக்தியில் வாழ்ந்த பிராணியின் ஐந்து கைக் கணக்கை எடுத்தால், அவன் வாழ்ந்த வாழ்வு, அவன் சாதித்துவிட்டுப்போன செயல்களில்தான் வந்து நிற்கிறது. நல்ல காரியங்கள் செய்தவன் நல்லவனாக உலகத்தை விட்டுப் போகிறான், கெட்ட காரியங்களைச் செய்தவன் கெட்டவனாகப் போகிறான். ஆகவே, காரியங்களைச் செய்தலும், அதுவும் நல்ல காரியங்களைச் செய்தலும், பலனை எதிர்பார்க்காமல் காரியங்களைச் செய்தலும் மனித வாழ்வின் பயன். அதுவே மனிதன் செய்யும் மகத்தான யக்ஞம்.

கிருஷ்ண பரமாத்மா அதையே பிரும்மத்தை அடையும் மார்க்கம் என்று அருச்சுனனுக்குப் போதித்திருக்கிறார். பகவான் சொல்கிறார்:-

'மோக்ஷத்தை விரும்பிய முன்னோர்கள், இதை அறிந்தேதான் காரியத்திலே ஈடுபட்டிருந்தார்கள். அவர்கள் முன்பு செய்தது போலவே இப்பொழுது நீ செய்.' *(கீதை 4-15)*

'எவனுடைய காரியங்கள் ஆசையினால் தூண்டப்படவில்லையோ, எவைகள் ஞானத்தீயில் எரிந்துகொண்டிருக்கின்றனவோ, அவனை புத்திமான் என்று சொல்வார்கள்.' *(4-19)*

'ஆசையற்றவனாய், சித்தத்தையும் ஆத்மாவையும் தன் வசப்படுத்தியவனாய், சகலத்தையும் துறந்தவனாயிருப்பவன், சரீரம் கர்மாவைச் செய்துகொண்டிருந்தாலும் பாபமற்றவனாகிறான்.' *(4-21)*

'கிடைத்ததில் திருப்தியுள்ளவனாய், இன்ப துன்பங்களைக் கடந்தவனாய், துவேஷமற்றவனாய், வெற்றி தோல்வியினால் கவலைப்படாதவனாய், அவன் செய்யும் காரியங்கள் அவனைக் கட்டுப்படுத்துவதில்லை.' *(4- 22)*

'எவனொருவனுக்குப் பற்றில்லையோ, எவனுக்கு விடுதலை கிடைத்துவிட்டதோ, எவன் மனம் ஞானத்தில் தோய்ந்திருக்கிறதோ, அவன் செய்யும் காரியங்கள் அத்தனையும் வேள்விக்குச் சமானமானவை.' *(4 - 23)*

அவன் செய்யும் காரியங்களில்,

'அர்ப்பணம் செய்வதும் பிரும்மம்தான். அர்ப்பணம் செய்யப்படுவதும் பிரும்மம்தான். பிரும்மமாகிற அக்னியில் கொடுக்கப்படுவதும் பிரும்மமேதான். இப்படி அவன் செய்யும் காரியங்கள் எல்லாவற்றிலும் பிரும்மத்தையே காண்கிறான். பிரும்மத்தை அடைகிறான்.' *(4-24)*

என்கிறார் பகவான்.

இக்கருத்துகளையொட்டியே மனித வாழ்வின் சாரத்தையே தருமபுத்திரர் நமக்குத் தந்திருக்கிறார். நச்சுப் பொய்கையிலே, தருமராஜன் யட்சன் ரூபத்தில் வந்து தருமபுத்திரரைச் சில கேள்விகள் கேட்கிறார்.

"சுகம் என்பது என்ன?"

"நல் நடத்தையே."

"மனிதன் எதைத் துறந்தால் கவலையற்றவனாகிறான்?"

"சுயநலத்தை விட்டால் கவலையற்றவனாகிறான்?"

"எதைத் துறந்தால் துயரமற்றவனாகிறான்?"

"கோபத்தை விட்டவன் துயரற்றவனாகிறான்."

"எதைத் துறந்தவன் சம்பத்துள்ளவனாகிறான்?"

"ஆசையை விட்டவன் சம்பத்துள்ளவனாகிறான்."

இதைத்தான் எல்லா மதங்களும், எல்லா சமயாச்சாரியர்களும், எல்லா தத்துவ ஞானிகளும், எல்லா அறிஞர்களும் பல தடவைகள் சொல்லியிருக்கிறார்கள். இன்னமும் சொல்லிக் கொண்டேயிருக்கிறார்கள்.

இப்படிப்பட்ட ஒரு நல்வாழ்வை நடத்துகிறவர்கள்தான் வாழ்விற்கு இன்றியமையாத ஒன்றை அடைகிறார்கள். வாழ்வின் பயனை அடைகிறார்கள். வாழ்வின் முதல் தேட்டத்தையும் கடைசித் தேட்டத்தையும் அடைகிறார்கள். அதுதான் சாந்தி. இதில் ஒன்றிலேதான் மனித வாழ்வின் வெற்றி ரகஸ்யம் இருக்கிறது.

இத்தகைய சாந்தி நிலை அடைந்தவர்கள் ஜீவன் முக்தர்கள், வாழ்வை வென்றவர்கள், ஒளி பெற்றவர்கள், வீடு பெற்றவர்கள் - பக்தி விளக்கும் சரி, ஞான விளக்கும் சரி, கலை விளக்கும் சரி, தங்கள் ஒளியை வீசி, உள் ஒளியைப் பிரகாசிக்கச் செய்து, சாந்தியெனும் ஒளியைத்தான் தூண்டிவிட்டுப் பிரகாசிக்கச் செய்கிறது.